நெருப்புப் பூ

குமாரதேவி

சங்கர் பதிப்பகம்

15 / 21, டீச்சர்ஸ் கில்டு காலனி, 2-வது தெரு,
இராஜாஜி நகர் விரிவு,
வில்லிவாக்கம், சென்னை - 600 049.
தொலைபேசி: 044-26502086, 9444191256
email: shankar_pathippagam@yahoo.com
wef: www shankarpathippagam.in & www bookthagam.com

நூல் விவரப் பட்டியல்

நூலின் பெயர்	:	நெருப்புப் பூ
ஆசிரியர்	:	குமாரதேவி
நூல் வகை	:	நாவல்
பதிப்பு ஆண்டு	:	முதல் பதிப்பு - 2018
நூல் அளவு	:	டெம்மி
பக்கங்கள்	:	154
பைண்டிங்	:	சாதாரண அட்டை
வெளியீடு	:	சங்கர் பதிப்பகம் 15/21, டீச்சர் கில்டு காலனி, 2-வது தெரு, இராஜாஜி நகர் விரிவு, வில்லிவாக்கம், சென்னை – 600 049. தொலைபேசி: 044 – 2650 2086
அச்சாக்கம் & மேலட்டை	:	பழனி & லதா, வில்லிவாக்கம்.
அச்சிட்டோர்	:	எம்.கே.கிராபிக்ஸ், சென்னை - 600 021. தொலைபேசி : 98408 28213

விலை: ரூ.145.00

சமர்ப்பணம்

தமிழர் தந்தை

தமிழர் தந்தை சி.பா. ஆதித்தனார் அவர்களுக்கு இந்நூலை சமர்ப்பிக்கிறேன். அதற்கு ஆயிரம் காரணங்கள் உண்டு.

முதன்மையான காரணம், படித்தவர்கள் மட்டுமே நாட்டு நடப்பை உலக நடப்பை அறிந்திருந்த காலகட்டத்தில் பாமரர்களும் நம் மக்கள், நம் மக்களும் செய்திகளை அறிய வேண்டும் என எண்ணி அவர் 'தினத்தந்தி' நாளிதழினை, பாமர மக்களுக்கு பரிசாகக் கொடுத்ததே!

கோடானு கோடி நன்றிகள் ஐயா!

முனைவர் எஸ்.பி. ஜாகுவார் தங்கம்,
சினிமா சண்டை பயிற்சி இயக்குநர்,
சினிமா தயாரிப்பாளர் – இயக்குநர்
Film & Television Producer's Guild of South India, President.

வாழ்த்துரை

ஒரு நல்ல திறமையான எழுத்தாளர் ஒரு நாணயத்தின் இரண்டு பக்கத்தையும் அறிய வேண்டும். ஆராய வேண்டும். எழுத வேண்டும்.

துரியோதனன் பக்கத்து நியாயத்தையும் பரிசீலினை செய்ய வேண்டும்.

என் சகோதரி குமாரதேவிக்கு, இது கைவந்த கலை.

இவருடைய முதல் நாவல் 'பூமி வசப்படுமே!' இதில் திருநங்கைகளின் மனதை...... அவர்கள் வாழ்வின் போராட்டத்தை அவர்கள் பக்க நியாயத்தை மிக ஆழமாக........... அருமையாகப் பதிவு செய்திருந்தார்.

இரண்டாவது நாவல் 'காற்றடைத்த பையடா!' இன்றைய இளைஞர்களின் அற்புதமான நட்பை, பாலின வேறுபாடு இல்லாத நட்பை, அவர்களின் சந்தோஷ கொண்டாட்டங்களை, வாழ்வின் தேடலை இரவில் பணி செய்து, பகலில் உறங்கும் அவலத்தை.......... இவரே 'பி.பீ.ஓ.'வில் பணி செய்தவர் போல, இயல்பாக எழுதி இருந்தார்.

தற்போது மூன்றாவது நாவல் 'நெருப்பு பூ' இந்தப் புதினம் தொலைக்காட்சித் தொடரில் எழுத்தாளராகப் பணி செய்யும் ஒரு பெண் திரைப்பட இயக்குனராக முயற்சி செய்யும்போது.... அவர் சந்திக்கும் இன்னல்களை விவரிக்கிறது.

கதாநாயகி நிர்விதா, இன்னல்களை எதிர்கொண்டு எப்படி வெற்றி பெறுகிறார், என்பதை மிகச் சுவையாக, நிகழ்வுகளின் கோர்வையாக, எழுதி சாதனை படைத்துள்ளார் என் அன்புச் சகோதரி குமாரதேவி.

கதாநாயகி நிர்விதா தன் புகழுக்காகவோ, பணத்திற்காகவோ திரைப்பட இயக்குநராக, ஆசைப்படவில்லை. சினிமா ஊடகத்தின் மூலம் 'சமுதாய மாற்றம்' சற்று எளிதானது என்பதற்காகவே பாடுபடுகிறார்

இவருடைய லட்சியத்திற்கு வித்திட்டவர் இவரின் அப்பா.

அப்பா நாடகத்துறையில் அதிக ஈடுபாடு உள்ளவர். நாடகத்தின் மூலம் சமுதாயச் சீர்திருத்தம் சாத்தியமே என நம்பியவர். ஆனால் மூன்று பெண் குழந்தைகள் பிறந்த பிறகு... அவருடைய நாடக வாழ்விற்கு அவர் மனைவி முடிவுரை எழுதி விடுகிறார்.

இந்த இடத்தில் நம் சமுதாயத்தின் அவலத்தை மிகச் சுருக்கமாக, ஆனால் கூர்மையாக (ஊசியால் குத்தியது போல) சுட்டிக்காட்டுகிறார்.

நம் சமுதாயத்தில் பெண் குழந்தைகள் பிறந்ததுமே... தாய்மார்கள், எப்படி வளர்க்கப் போகிறோம்... எப்படித் திருமணம் செய்யப் போகிறோம்.... எனத் தவிக்கவும்.... பயம் கொள்ளவும் துயர் கொள்ளவும் ஆரம்பித்து விடுகிறார்கள்.

இது நம் சமுதாயத்தின் குற்றம், குறை. பெண் குழந்தைகளைச் சுமையாக எண்ணுவது நம் சமுதாயத்திற்கு களங்கம் கறை!

கதாநாயகி நிர்விதாவின் தாயும் இது போன்றவள்தான். ஆனால் இவளின் இலட்சியப் பயணத்திற்கு உறுதுணையாக இருப்பது அவளின் தந்தை விட்டுச் சென்ற உபதேசங்கள்... கதை முழுவதும் தந்தையின் தியாக வாழ்வும் அவரின் அற்புத உபதேசங்களும் அவளை வழி நடத்துகிறது. மகாபாரதத்தில் வில்லுக்கு விஜயன் அர்ஜுனனுக்கு, கிருஷ்ண பரமாத்மா செய்த கீதா உபதேசம் போல பயனளிக்கிறது. வெற்றிப் பாதையில் அழைத்துச் செல்லுகிறது.

ஒரு தாய் தன் கருவறையில் பத்து மாதம் குழந்தையைச் சுமக்கிறாள்.

ஆயுசு முழுவதும் தோளிலும் நெஞ்சிலும் சுமந்து

ஆளாக்குபவர் தந்தை.

இன்று, பாலிவுட், டோலிவுட், கோலிவுட், மாலிவுட் என அனைத்து மொழித் திரைப்பட கதாநாயகிகளிலும், சிலர் வெற்றிப் படிக்கட்டில் ஏற... தங்கள் முன் இருக்கும் மாபெரும் பிரச்சனை 'படுக்கைப் பகிர்வு' என பகிரங்கமாகக் கூற ஆரம்பித்துவிட்டனர்.

கதாநாயகி நிர்விதாவும் இதே பிரச்சனையை எதிர்கொள்கிறார். தன் அறிவால் அதை வெல்கிறார்.

இந்தப் புதினத்தின் முடிவில், தயாரிப்பாளர், நிர்விதா இயக்கிய 'கண்கள்' திரைப்படத்தின் முதற்காட்சியைப் பார்க்கிறார். பார்த்தபிறகு, தான் ஒரு தொழிலதிபர், தயாரிப்பாளர், ஆண் என்பதைத் தாண்டி தான் ஒரு பதிமூணு வயதுப் பெண்ணின் தந்தை என்பதை முதன் முதலாக உணர்கிறார். திருந்துகிறார். இப்படிக் காட்சியை உருவகப்படுத்தி இருப்பது, அன்புச் சகோதரி குமாரதேவியின் எழுத்துத் திறமைக்கு ஒரு எடுத்துக்காட்டு.

சகோதரி குமராதேவியின் வசனங்கள் பல இடங்களில் நெருப்பாகச் சுடுகிறது.

கதாநாயகி நிர்விதாவின் தாய், மகளிடம் ''ஒவ்வொரு பகலுக்குப் பிறகும் ஒரு இரவு உண்டு, புருஷன் இல்லாம எப்படி?...'' என்று கேட்க...

இவள் லட்சியத்துக்கு ஆதரவு கொடுக்காமல், வீட்டை விட்டு வெளியேறிய கணவன் மீது கோபம் கொண்டு, ''அந்தக் காலத்தில் எட்டு வயசிலயும் பத்து வயசுலயும் விதவை ஆன பெண்களுக்கு மட்டும் பகலாவே இருந்துச்சா? என்று கேட்கும்போது... இந்தச் சமுதாயம் விதவைப் பெண்களுக்கு அன்று இழைத்த கொடுமைகள் நம் நினைவில் வந்து நம்மைச் சுடுகிறது. கணவனின் துணையோடு காமனை வெல்ல வேண்டிய இளம் பெண்கள், நடு இரவில் குளித்து, நீரைக் கொண்டு நெருப்பை அணைத்த கொடுமை!

புகழ் - இதற்கு அபு என்ற கதாபாத்திரம் கொடுக்கும் விளக்கம்.

''புகழ் கொடுக்கும் போதை, கஞ்சா அபினை விட அதிகம்! புகழ் போதை தலைக்கு ஏறினா.... என்ன செய்யும்னே தெரியாது''

புகழ் போதையில் தவறான பாதையில் பயணித்து.... அதல பாதாளத்தில் விழுந்த பலரை இந்தச் சமுதாயம் அறியும்.

ஆனால் பதவி வரும்போது...
வெற்றி வாகை சூடிய போது....

நிர்விதா, பணிவும், துணிவும் கொண்டு மேலும் பல வெற்றிகளைக் குவித்து அனைவரையும் வாழ வைப்பதாக அன்புச் சகோதரி 'காவியம்' படைத்துள்ளார்.

என் அன்புச் சகோதரி குமாரதேவி இன்னும் பலநூறு புத்தகங்கள் எழுத வேண்டும்.

அத்தனை புத்தகங்களையும் நானே தலைமை ஏற்று, வெளியிட வேண்டும்; இது என் ஆசை! வாழ்த்துக்கள்! அது போல தமிழ் தெரிந்த அனைவரும் 'நெருப்பு பூ' படிக்க வேண்டும்.

பெண்களின் நிலை குறித்து சிந்தித்து செயல்பட வேண்டும். இது என் வேண்டுகோள்.

அணிந்துரை

இலக்கியம் என்பது சமூகத்தைப் பிரதிபலிக்கும் ஒரு கண்ணாடி என்பர்.

தன்னைச் சுற்றியுள்ள சமூகத்தின் அவலங்களைச் சுட்டிக் காட்டுவதோடு அதற்குத் தீர்வும் சொல்லுவதே ஒரு சிறந்த இலக்கியவாதியின் பொறுப்பும் ஆகும்.

இதனை எழுத்தாளர் குமாரதேவி தன் படைப்புக்களில் மிகவும் அழுத்தமாகப் பதிவு செய்வதில் மாபெரும் வெற்றி பெற்றுள்ளார்.

தனது முதல் படைப்பான 'பூமி வசப்படுமே! புதினத்தில் திருநங்கைகளை சமூகம் பரிவுடன் பார்க்க வேண்டும். பெற்றவர்கள் திருநங்கைகளை, அவமானச் சின்னம் என வீட்டை விட்டுத் துரத்துவது ஏன்?

கண், காது ஊனம்... மனப்பிறழ்வு உள்ள குழந்தைகளைப் போல, இவர்களும் ஆண்டவன் படைப்பில் குறைபாடுடன் பிறந்தவர்கள்தானே? இவர்களையும் பெற்றவர்கள் பராமரிக்க வேண்டும் வாழ வழி செய்ய வேண்டும் என வலியுறுத்தி இருந்தார்.

அடுத்த படைப்பு 'காற்றடைத்த பையடா!, இதில் கதைக்களம் பி.பீ.ஓ.வில் பணிபுரியும் இளைய சமுதாயத்தை சுற்றி பின்னப்படுகிறது. இவர்களின் பாலின வேறுபாடு இல்லாத ஆழமான நட்பு, மரணத்தை நெருங்கிய நண்பனை மீட்டு வந்ததை மிக அற்புதமாக வடித்துள்ளார்.

தற்போது தனது மூன்றாவது படைப்பான 'நெருப்புப் பூ'வில் ஒரு பெண் ஆணுக்குச் சமமாக நின்று தடைகளைத் தகர்த்து வெற்றி பெற முடியும் என்பதை மிகவும் ஆழமாக திரைக்காவியமாகவே தீட்டியுள்ளார்.

'நெருப்புப் பூ' என்ற தலைப்பே புதினத்தின் oxymoran இரண்டு முரண்பட்ட வார்த்தைகளை எவ்வாறு ஒன்றாக இணைத்தார் என வியந்தேன்.

இது புதினத்திற்கு மிகவும் பொருத்தமான தலைப்பே

என்பது முழுவதும் படித்த பிறகே எனக்குப் புரிந்தது.

இந்தக் கதையின் நாயகி நிர்விதா சமூக சீர்திருத்தத்திற்கு சினிமா ஊடகம், ஒரு நல்ல சாதனம் என நினைக்கிறாள். அதனால், பாரதி கண்ட புதுமைப் பெண்ணாகப் புறப்படுகிறாள். பல இன்னல்களை எதிர்கொள்கிறாள். அவளைச் சுற்றி சூழ்ச்சி வலை பின்னப்படுகிறது.

அம்மா, கணவன், தொழிலதிபர், அபு, இவர்களைத் தாண்டி நிர்விதா எப்படி வெற்றிப் படிக்கட்டில் ஏறுகிறாள் என்பதை 154 பக்கங்களில் ஒரு மர்மப் படம் பார்த்தது போன்ற உணர்வை ஏற்படுத்துகிறார், எழுத்தாளர்.

நிர்விதா கதாபாத்திரம் எழுத்தாளரின் குரலாக இருக்கிறது. இவர் ஒரு Emotional Scientist என்று கூறலாம்.

இன்றைய சமூகத்தில் ஆண்கள் பெண்கள் மீது தொடுக்கும் வக்ரக் கணைகள், வன்கொடுமை, வியாபாரமாகிப் போன கல்வி, ஆடம்பரமாகிப் போன மருத்துவம், குழந்தைகள் வாழ்வைச் சூறையாடும் நீலத்திமிங்கிலம் போன்ற கணினி விளையாட்டுகள், தான் பெற்ற பெண்ணைத் தானே சந்தேகப்படும் தாய்மார்கள்... இப்படி அனைத்து சமுதாயப் ப்ரச்சனைகளோடும் தனியே நின்று போராடி வெற்றி பெற்று தன் கொள்கையில் தீர்க்கமாக நிற்கிறாள் கதாநாயகி.

இவற்றுக்கு உறுதுணையாக இருப்பது அவள் அப்பாவின் அன்பும் ஆசிகளும். அவர் கூறிச் சென்ற அறிவுரைகளும். அவர் பெற்ற குழந்தைகளுக்காக வாழ்ந்த தியாக வாழ்க்கையும்தான்.

உதாரணம் கதை கேட்கக் கூப்பிடும் தொழிலதிபரின் (தயாரிப்பாளரின்) அறைக்குள் நுழையும் முன் தன்னை தைரியப்படுத்திக் கொள்ள அப்பா சொன்ன வாக்கை நினைவு கூர்கிறாள். ''பெண்ணே! உன் கை நகங்களும் பற்களும் உன் ஆயுதம்தான். ஆனால் அதைவிடப் பெரிய ஆயுதம் உன் கண்ணின் நெருப்பு ஜ்வாலை தான்!''

இது பெண்கள் அனைவருக்கும் பொருந்தும் அறிவுரைதான்.

எழுத்தாளர் குறியீட்டு சின்னங்களை (Symbolic) உபயோகித்து கதை மாந்தர்களின் உணர்ச்சியைப் புரிய வைக்கும் உத்தியை வெகு எளிதாக தேவையான இடங்களில் புகுத்தி வெற்றியும் கண்டிருக்கிறார். வாசகர் மனதில் சட்டென தாக்கத்தை ஏற்படுத்துகிறது.

உதாரணம் கதாநாயகி நிர்விதா சொல்லும் 30வது காட்சி. (சீன்)

பதினான்கு வயதுப் பெண் படம் வரைகிறாள். ஒரு பூங்காவில் நான்கு எலிகள். ஒரு எலி ஊஞ்சல் ஆடுவது போல.... ஒரு எலி ராட்டினம் சுத்துவது போல... இப்படி எல்லா எலியையும் சந்தோஷமாக வரைகிறாள். ஆனால் ஒரு ஓரத்தில் ஒரு பூனை முகம் மட்டும் வரைகிறாள். கண்கள் கொடூரமாக இருக்கிறது.

அவளின் அம்மா சந்தேகத்துடன் இது என்ன படம்? என்று கேட்க... ''யாராவது நாலு பேர் சந்தோஷமாக இருந்தா... அதைக் கெடுக்க ஒரு ஈவின் ஸ்பிரிட் (தீய சக்தி) தயாராக இருக்கிறது என்கிறாள்.

இதேபோல் 'சுனாமி' வருகிறது எனக் கூறி தயாரிப்பாளர் ஒரு நாள் இவர்களை திரைக்கதை எழுதுவதைத் தடுக்கிறார். உடன் வீடு செல்லுமாறு கூறுகிறார். உதவி இயக்குனர்களும் நிர்விதாவும் அவர் சொல்லுவது பொய் என்பதை உணர்கிறார்கள். இந்த இடத்தில் 'இவர்கள் எழுத்தாளர்கள், கண்ணில் கதை படிப்பவர்கள்' என்று எழுதியிருப்பது கதாசிரியரின் எழுத்து வன்மைக்கு ஒரு சபாஷ் போட வைக்கிறது.

இதேபோல நிர்விதாவின் மனப்போராட்டங்களை உருவகப்படுத்தும் கனவு + நினைவு (imagery) காட்சிகள் ஒவ்வொன்றும் சொல் ஓவியங்கள்.

கனவுக் காட்சிகளை மிக நேர்த்தியாக அமைத்த விதத்தில், எழுத்தாளர், அடுத்து என்ன நடக்கும்... நிகழும்... என வாசகர்களை எழுந்து நிற்க வைத்து விடுகிறார்.

அம்மா - மகள் போராட்டத்தில் அம்மா சலித்துக் கொள்ளும் போது ''அம்மா ராம் மானஸ்தன் இல்லை

புருஷன்! சௌகர்யமான உறவு! அந்தக் காலத்தில்... பொண்டாட்டிய காட்டுல விடலாம்.. தள்ளி வைக்கலாம்... இப்ப....? விட்டுட்டுப் போயிடலாம்! டைவர்ஸ் பண்ணலாம் நீ என் அம்மா! எந்தக் கோர்ட்லயும் போயி டைவர்ஸ் கேட்க முடியாது!'' என்று கூறிச் சிரிக்கிறாள் நிர்விதா. படிப்பவர்களைச் சிந்திக்க வைக்கும் சிரிப்பு.

எத்தனை சட்டங்கள் கொண்டு வந்தாலும் பெண்களின் யதார்த்த நிலை இதுதான்.

ஒரு பெண் தன்னைத் தனி மனுஷியாக உணர்ந்து செயல்படுவதை மற்றப் பெண்களே ஒப்புக் கொள்வதில்லை.

திருமணத்திற்குப் பிறகு புருஷன் என்னும் ஆளுமையில் கரைந்து போக வேண்டும் என்றே எண்ணுகிறார்கள்.

இதை எதிர்க்கிறாள் நிர்விதா தயாரிப்பாளர் தன் மனைவியையே தூது அனுப்பும்போது.... பெண் புலியாகச் சீறுகிறாள்.

சதுரங்க விளையாட்டில், தன் திரைப்படம் மூலமே எதிரி, ராஜாவை வீழ்த்துகிறாள்.

தன் அப்பா நாடகங்களின் மூலம் செய்ய நினைத்த, சமுதாய சீர்திருத்தங்களை, திரைப்படங்கள் மூலம் செய்யத் துவங்குகிறாள். அவள் வாழ்க்கை வெற்றிப் பாதையில் பயனிக்கிறது.

எழுத்தாளர் திருமதி. குமாரதேவியின் இந்த மூன்றாவது படைப்பு 'நெருப்புப் பூ' அவரை மேலும் பல வெற்றிப் படிக்கட்டுகளில் அழைத்துச் செல்லும், உன்னதப் படைப்பு!

வாழ்த்துக்கள்.

A.G. **ஹேமாநந்தன்,** M.A., M.L.I.S.

நூலகர் (ஓய்வு)

என்னுரை

இந்தப் புதினம் 'நெருப்பூ பூ' உண்மை பாதி கற்பனை பாதி கலந்தது.

கவிதைக்குப் பொய் அழகு! புதினத்திற்கு மிகைப்படுத்துவது அழகு.

திரைப்படம் என்ற ஊடகம் சுலபமாக மக்கள் மனதை ஈர்க்கும் தன்மை உள்ளது. ஆரம்ப காலங்களில் நல்ல பல கருத்துக்களைச் சொன்ன ஊடகம் இன்று.... பொழுது போக்கு நகைச்சுவை என்பதையும் தாண்டி பேய் உலாவும் ஊடகம் ஆகிவிட்டது.

ஆனால் என் கதாநாயகி 'நிர்விதா' திரைப்படங்கள் மூலம், சமுதாயச் சீர்கேடுகளை வியாபாரமாகிப் போன கல்வியை, ஆடம்பரமாகிப் போன மருத்துவத்தை எதிர்த்து போராடுகிறாள்.

ஒரு நல்ல சிறந்த எழுத்தாளன் சமுதாய சீர்திருத்ததிற்கு வித்திடுகிறான் என்பது,

சரித்திரம் நமக்குச் சொல்லும் உண்மை.

நானும் முயற்சி செய்கிறேன்.

எனக்கு வாழ்த்துரை தந்த என் அன்புச் சகோதரர், சினிமா சண்டைப் பயிற்சியாளர், இயக்குனர், தயாரிப்பாளர், தயாரிப்பாளர் கில்டு சங்கத்தலைவர், முனைவர் திரு. ஜாகுவார் தங்கம் அவர்களுக்கு நன்றி.

எனக்கு ஆய்வுரை தந்த (என் அண்ணன்............. சிறு வயதில் புரியாத புதிராக இருந்த கணிதத்தையும் வாழ்க்கையையும் புரிய வைத்த என் அண்ணன்) ஓய்வுபெற்ற நூலகர் திரு. ஏ.ஜி. ஹேமாநந்தன் அவர்களுக்கும் நன்றி!

இப்புதினத்தை மிக மிக ஆர்வத்துடன் செம்மையாக உருவாக்கிய சங்கர் பதிப்பகம், கோமதிநாயகம் ஐயா அவர்களுக்கும் நன்றி.

- **ஆசிரியர்**

நெருப்புப் பூ

1

நிர்விதா இன்னும் வரவில்லை. வழக்கமாக வரும் நேரம் தாண்டிவிட்டது. நேற்று என்னதான் நடந்தது? காரியம் கை கூடி இருந்தால் நள்ளிரவில்கூட அவர் என்னுடன் சந்தோஷத்தைப் பகிர்ந்து கொள்வாரே? ஆனால் அவர் பேசவில்லையே?' அபுவிற்கு தலை வெடித்துவிடும் போல் இருந்தது.

மற்ற நான்கு உதவி இயக்குனர்களும் 'நிர்விதா வருவாளா? மாட்டாளா? நேற்று என்னதான் நடந்திருக்கும்? இந்தச் சினிமாக் கம்பெனி தேறுமா? தேறாதா? என்ற கவலையுடன் இருந்தனர்.

அடுத்த பத்தாவது நிமிடம் வழக்கமான புன்னகையுடன் நிர்விதா உள்ளே வந்தாள்.

நான்கு உதவி இயக்குனர்களும் நிம்மதிப் பெருமூச்சு விட்டனர்.

அபுவிற்கு மட்டும் குழப்பமாகவே இருந்தது. வெளியில் சென்று தொழிலதிபருக்கு அழைப்பு விடுத்துப் பார்க்கலாமா? என நினைத்தான். ஆனால் பயமாகவும் இருந்தது. நிர்விதாவைப் பார்த்தால் நேற்று இரவு என்ன நடந்தது என அவனால் ஊகிக்க முடியவில்லை. குழம்பினான். அது புதிதாக ஆரம்பிக்கப்பட்ட ஒரு சினிமாக் கம்பெனி. அதன் தயாரிப்பாளர் ஒரு தொழிலதிபர். பல சாதனைகள் செய்தவர். ஆனால் சினிமா அவருக்குப் புதிது. ஒரு தொலைக்காட்சி தொடர் வெற்றி விழாவில், உதவி இயக்குனர் நிர்விதாவை அவர் பார்த்த 'மோகப்பார்வையை' அபுவின் சைத்தான் மனது குறித்துக் கொண்டது.

அபுவின் ஏற்பாடே இந்தச் சினிமாக் கம்பெனி. இரண்டே வருட அனுபவம் உள்ள நிர்விதாவிற்கு இயக்குனர் வாய்ப்பு கிடைத்தபோது அவளுக்கும் சந்தேகம் வரத்தான் செய்தது. ஆனாலும் இது தன் திறமைக்குக் கிடைத்த வாய்ப்புதான் என்று நேற்றுவரை தன்னையே ஏமாற்றிக் கொண்டாள்.

இன்று தன் மனதோடு பேசி வரவே அவளுக்குத் தாமதம் ஆனது.

பேசாமல் மீண்டும் 'ஆசிரியை' பணிக்கே திரும்பி விடலாமா? என்று காலையில் சிந்தனை வந்தது.

ஆனால் அப்பா நினைவு வந்ததும் தன் எண்ணத்தை மாற்றிக் கொண்டாள்.

"உன் லட்சியத்தை, இலக்கை அடைய பல தடைக்கற்களைத் தாண்டித்தான் செல்ல வேண்டும் என்பார்.

நேற்று ஒன்றுமே நடவாதது போல நிர்விதா ஆரம்பித்தாள்.

"இன்னைக்கு முப்பதாவது சீன் எழுதணும்."

"14 வயதுப் பெண்ணின் மனதை அம்மா புரிந்து கொள்ள வேண்டிய சீன் இது என்று நிர்விதா தன் எண்ணத்தைக் கூறினாள்.

"இந்தப் பெண் ஒரு படம் வரைஞ்சிட்டு இருக்கா... அதை எட்ட நின்று பார்த்த அத்தை, அவள் ஏதோ ஒரு பையனைத்தான் வரையறா என அம்மாவிடம் சொல்கிறாள்.

அவளின் மாறுபட்ட நடவடிக்கைகளால் குழம்பிப் போயிருந்த அம்மா கவலையுடனும் கோபத்துடனும் வந்து பின்னால் நின்னு பார்க்கறா...

இந்தப் பெண் ஒரு பார்க் வரைந்து அதில் ஒரு எலி ஊஞ் சல் ஆடற மாதிரி, ஒரு எலி சறுக்கு மரம் விளையாடற மாதிரி, ஒரு எலி ராட்டினம் சுத்துற மாதிரி... எல்லா எலியையும் சந்தோஷமா வரையறா. ஆனா ஒரு ஓரத்தில் ஒரு பூனை முகம் மட்டும் வரையறா, கண்கள் கொடூரமாக இருக்கு!

அம்மா புரியாமல் சந்தேகத்துடன் என்ன படம் என்று கேட்டாள். "யாராவது நாலுபேர் சந்தோஷமா இருந்தா... அதைக் கெடுக்க ஒரு ஈவிள் ஸ்பிரிட் (தீய சக்தி) (Evil Spirit) தயாரா இருக்கும்மா!" என்கிறாள் வருத்தமாக.

அம்மா பளார்னு அறையரா. "உன் சந்தோஷத்தைக் கெடுத்தவன் யாருடீ?'' சொல்லித் தொலைடீ!'' எனக் கத்துகிறாள்.

இப்ப... இந்தப் பொண்ணு சொல்ற பதில்ல... அவளை அம்மாவும் அத்தையும் புரிஞ்சுக்கணும்! அந்த டயலாக் நல்ல 'டெப்தா' இருக்கணும்! பெத்த பொண்ணை சந்தேகப் படற அம்மாக்களுக்கு ஒரு சவுக்கடியா இருக்கணும்" என முடித்தாள் நிர்விதா.

உதவி இயக்குனர் மோகன், "பிரமாதம் மேடம்'' என்று பாராட்டினான்.

ரகு "இதையே சீன் பண்ணலாம்" என்றான்.

மற்ற இருவரும் பதினாலு வயசுப் பெண் பேச வேண்டிய வசனத்தை எழுத ஆரம்பித்தார்கள்.

அபு வராத ஆனந்தக் கண்ணீரை போலியாகத் துடைத்தபடி... உரிமையுடன் "நீரும்மா நீ 'டிபரண்ட்டா' 'திங்க்' பண்றே! கண்டிப்பா ஜெயிப்பே! என்றான்.

காரணம் அவன்தான் இரண்டு வருடங்களுக்கு முன்பு நிர்விதாவை ஒரு தொலைக்காட்சித் தொடரில் உதவி

இயக்குனராகச் சேர்த்துவிட்டவன். இன்று சினிமா வாய்ப்பும் தன்னால்தான் அவளுக்கு வந்திருக்கிறது என்பதால் அதிக உரிமை எடுத்துக் கொண்டான்.

நேற்றுவரை நிர்விதாவும், அபுவைத் தன் பல ஆண்டுக்கனவு பலிக்க இறைவன் அனுப்பிய தேவதூதன் என்றுதான் நினைத்தாள்.

உதவி இயக்குனர் சரவணன், வசனம் எழுதிவிட்டு "மேடம் சொல்றேன், கேளுங்க" என்றான்.

நிர்விதா உற்சாகமாகச் "சொல்லுங்க" என்றாள்.

அதற்குள் தொழிலதிபர் சூறாவளி போல உள்ளே நுழைந்தார்.

"மறுபடியும் கடல் பல்லை இளிக்குதாம், சுனாமி வருதாம்! எழுதிக் கிழிச்சது போதும் கௌம்புங்க! நீயும்தாம்மா கௌம்பு! நண்டும் சிண்டுமா ரெண்டு புள்ளைங்க இருக்கு! பெத்த அப்பனும் விட்டுட்டுப் போயிட்டான், கௌம்புங்க!" உரக்கக் கத்தினார்.

நிர்விதா தயங்கியபடி தன் கதையை, மற்றவர்களின் வசனங்கள் எழுதப்பட்ட காகிதங்களை ஒருங்கிணைத்து எடுத்துக் கொண்டாள்.

"கௌம்பும்மா நீ அதை வச்சுட்டுக் கௌம்பு! அப்பன்தான் விட்டுட்டுப் போயிட்டான்! ஆத்தாளும் இல்லாம அதுக அநாதை ஆயிடக் கூடாது பாரு! கௌம்பு!" என ஏவுகணை போல் பாய்ந்தார்.

அவர்கள் எழுத்தாளர்கள். கண்ணில் கதை படிப்பவர்கள். இவர் மனதில்தான் சுனாமி என்பதை நிர்விதாவும் மற்ற நான்கு உதவி இயக்குனர்களும் புரிந்து கொண்டனர். ஆனால் இடம் அவருடையதாயிற்றே? வேகமாகப் படியிறங்கி விட்டார்கள்.

"என்ன மேடம் செருப்பு போடலை; ஹேண்ட் பேக் எடுக்கலை வந்துட்டீங்க?!" என ரகு கேட்டதும் மீண்டும் மாடிக்குப் போனாள். அவள் மனம் நேற்றிலிருந்தே கலக்கமாகத்தான் இருந்தது.

தொழிலதிபர் அபுவை அறைந்த சப்தம் கீழேயே கேட்டது.

"பொம்பளையாடா இவ? இவளை பொம்பளைனு கொண்டு

விட்டியே... உன்னை உதைக்கணும்! இரண்டு மாசமா எவ்வளவு செலவு?!

"பாஸ்...! நேத்து என்னதான் ஆச்சு?' அடிச்சிட்டாளா?" அடிவாங்கிய தன் கன்னத்தை தடவியபடி... இளிப்புடன் கேட்டான் அபு.

"டேய் அவ என்னை செருப்பால அடிச்சிருந்தாக்கூட.... என் முத்தத்தின் எதிர்மறைத்தாக்கம்னு சந்தோஷப்பட்டிருப்பேண்டா!"

ஆனா... இவ... இந்த இடத்துல நான் கொடுத்த முத்தத்துக்கு மயங்கி மடீல விழுந்தவங்க ஏராளம். உணர்ச்சி தூண்டப்பட்டு செருப்பால் அடிச்சவங்க ஏராளம்... என இளித்தார் அவர்.

ஆனா... இவ... பொறவும் உக்காந்து கதை சொல்லீட்டுப் போறாடா...! இப்போது அவர் குரல் உடைந்தது.

"டேய் உடம்புல உணர்ச்சி இல்லாத மரக்கட்டை இவ.... தொலையறா... ஆம்பளைன்ற பயம் கூடவா இருக்காது?! என்னையே மிரட்டி கதை கேக்க வச்சுட்டாடா... அவமானமா இருக்குடா!"

"குரல் அழுவதுபோல இருந்தது கேட்டுக் கொண்டிருந்த நிர்விதா மீண்டும் செருப்பை மறந்து... கீழே ஓடி வந்தாள். ஆட்டோவில் ஏறினாள். நேற்றும் அப்படித்தான் செய்தாள். முன்தினம் தொழிலதிபர் மாலைதான் வந்தார். "கதை எவ்வளவு தூரம் வந்திருக்கு?" மிக ஆர்வமாகக் கேட்டார். நிர்விதாவும் உற்சாகமாக "இன்னும் ஒரு சீன் எழுதினா... இண்டர்வெல் பிளாக்" என்றாள்.

"அப்போ நான் கதையைக் கேட்கறேன்; ஒரு அரைமணியில் சொல்லணும்! அடுத்து எனக்கு வேற ஒரு வேலை இருக்கு" என்றார் பரபரப்பாக. அதே பரபரப்புடன், மற்றவர்களைப் பார்த்து "நீங்கெல்லாம் போலாம்" என்றார்.

அவர் இதைச் சொன்னதுமே அவருடைய அவசரம் மற்றவர்களுக்குப் புரிந்தது.

'என்ன நடிப்பு?' இவரின் அடுத்த அவசர வேலை என்னனு தெரியாதா எங்களுக்கு? பரவாயில்லை. தமிழ் நாட்டில் இப்பல்லாம் ஏழை – பணக்காரன், ஜாதி – மதம், அரசியல்வாதி

– பொதுமக்கள், வித்தியாசமில்லாமல் அனைவருக்கும் ரொம்பக் கச்சிதமா நடிப்பு வருது! என்று எண்ணியபடி வெளியேறினான் ரகு.

மோகன், “ஸார் கதை பிரமாதமா... வந்திருக்கு ஸார்! பாருங்க... மேடம் சொல்லும்போதே 3D எபக்ட்ல சினிமா பார்க்கற பீலிங் வந்திடும் ஸார்!” என வழிந்தான்.

இதைப் பார்த்த சரவணன் ‘இங்க நிஜமா டிஸ்கஷன் தான் நடக்கப் போகுது! அவரு சொன்னாரு! இவரு நம்பிட்ட மாதிரி அப்பாவியா நடிக்கறாரு பாரு!’ என எண்ணி மனதில் வலியுடன் நகைத்தபடி... “வாங்க மோகன் போகலாம்” என அவனையும் இழுத்துக் கொண்டு வெளியேறினான். ரவியும் உடன் சென்றான். அபு மட்டும் தயங்கி நின்றான். “நீயும் போலாம்” என்று தன் அறைக்குச் சென்று விட்டார் அவர்.

நிர்விதாவிற்கும் மனதில் சிறு கலக்கம் இருந்தது. அப்பா சொன்னதை நினைவுபடுத்திப் பார்த்தாள்.

‘உன் கை நகங்களும் பற்களும் உன் ஆயுதம்தான். ஆனால் பெண்ணே, அதைவிடப் பெரிய ஆயுதம் உன் கண்கள்தான்; அதில் உள்ள நெருப்பு ஜ்வாலைதான்’

மனதில் தைரியத்துடன் தொழில் அதிபர் அறைக்குள் சென்றாள்.

இருந்தும் அறைக்குள் நுழைந்ததும் அது (அவர்) அவளை முத்தமிட்ட இடம் நிர்விதாவை உயிருடன் எரித்தது. ஒரு நொடி தடுமாறியவள், அத்தனை நெருப்புக் கதிர்களையும் கண்ணில் கொண்டு வந்து கூர்ந்து அதைப் (அவரை) பார்த்தாள். தன்னை விடுவித்துக் கொண்டாள்.

“கதை கேட்கத்தானே நேரம் ஒதுக்கி இருக்கீங்க... கேளுங்க!” என உத்தரவு போட்டாள்.

அவர் தலைகுனிந்தபடி நாற்காலியில் அமர்ந்தார்.

பத்தே நிமிடத்தில் கதையைச் சுருக்கமாகச் சொல்லி முடித்து, அதே போல் வேகமாக வெளியே வந்தாள்.

இனி இங்கே வாய்ப்பு தொடருமா? இல்லை, இந்தக் கதவும் மூடப்பட்டுவிடுமா? அழுதாள்.

2

நிர்விதாவின் கண்முன் இதுவரை அவள் இழந்த வாய்ப்புகள் வந்து நின்று கை கொட்டிச் சிரித்தது.

'நீ பெண். உனக்கு சினிமா வசப்படாது' என்றது.

முதன் முதலாக நிர்விதா அபுவின் முயற்சியில் ஒரு தனியார் தொலைக்காட்சியில் வேலைக்குச் சேர்ந்த புதிது.

பிரபல இயக்குநரின், இணை இயக்குநரிடம் அபு கதை சொல்ல அழைத்துச் சென்றான். அவர் பத்து கதைச் சுருக்கம் கேட்டு ஒன்றை தேர்வு செய்து, அதை இயக்குநருக்கும், தயாரிப்பாளருக்கும், நீலாங்கரை பங்களாவில் சொல்லுமாறு அழைத்துச் சென்றார்.

அபு "நீரும்மா ஜெயிச்சுக் காட்டு, நானும் வந்தா நல்லாருக்காது!" என்று தி.நகரிலேயே விடைபெற்றான்.

நிர்விதாவிற்கு பயமும் சந்தேகமும் வரத்தான் செய்தது. அடுத்து அவள் மனமே, 'உனக்கென்ன 16 வயசா? 32 வயசாகுது! இரண்டு குழந்தைகளின் தாய்... போ... இலட்சியம் இலட்சியம்! சினிமா உன் இலட்சியம்! சினிமா உன் உயிர்! சினிமா உன் நெஞ்சில் எரியும் நெருப்பு! உன் அப்பாவின் கடைசி ஆசை!' என்றது.

நிர்விதா மாலை நான்கு மணி வரை கதையைக் காட்சிப்படுத்தி விவரித்துச் சொன்னாள். இயக்குநரும் இணை இயக்குநரும் 'ஒரு தம் வேணும்' என்று கூறி எழுந்து சென்றனர்.

கதையைப் பற்றி எதுவும் சொல்லாதது நிர்விதாவிற்கு ஏமாற்றமாக இருந்தது. தயாரிப்பாளர் கதையைப் பாராட்டினார். சில காட்சிகளைக் கூட விவரித்து அதை வேறுவிதமாகக் காட்சிப்படுத்தலாமா என அவள் அபிப்ராயம் கேட்டார். நிர்விதாவும் உற்சாகமாகத் தன் கருத்தைக் கூறினாள்.

ஒரு அரைமணி நேரம் இப்படிக் கடந்த பிறகே நிர்விதா, வெளியே பதாகை செய்து கொண்டிருந்தவன், அடுத்த அறையில் எழுதிக் கொண்டிருந்த நான்கு உதவி இயக்குநர்கள் யாரும் இல்லை என்பதை உணர்ந்தாள்.

இயக்குநரும், உதவி இயக்குநரும் வேறு வேலை வந்துவிட்டதால் அப்படியே செல்வதாகக் கைபேசியில் சொல்ல... தயாரிப்பாளர் உற்சாகமாக "அதுக்கென்ன நான், சுரேஷ்கூட அனுப்பி வைக்கறேன், கதை உங்களுக்கு ஓகே வா? என, அடுத்த நாளே பட பூஜை போடுபவர் போலக் கேட்டார். மறுபக்கம் என்ன பதில் வந்தது என நிர்விதாவால் ஊகிக்க முடியவில்லை.

ஆனால் தயாரிப்பாளர், "கதை ப்ரமாதம்னு டைரக்டரே சொல்லீட்டாரு! இந்த முறை நீ அஸிஸ்டன்ட் டைரக்டர், அடுத்த படம் நீதான் டைரக்டர்! சந்தோஷமா?" எனத் தோளில் கை வைத்து "வாம்மா என் ரூமுக்குப் போயி டிஸ்கஸ் பண்ணலாம்" என இளித்து நிர்விதாவை அடுத்த அறைக்கு இழுத்துச் சென்றார்.

நிர்விதாவிற்கு மனதில், 'செருப்பால் தலையில் அடிக்க வேண்டும்' என ஆவேசம் வந்தது. ஆனால் முடியாது, அதுவே ஆபத்தாகி விடும் 'நிதானம்... நிதானமாகச் செயல்படு!' என்றது மூளை.

நிர்விதா நிதானமாகத் தன் கைப்பையையும் கைபேசியையும் அவரின் கட்டில் மீதே வைத்தாள், (அங்கு நாற்காலி மேஜை எதுவும் இல்லை என்பதால்).

பின் "ஸார் ரெஸ்ட் ரூம் எங்க இருக்கு?" என படு நிதானமாகக் கேட்டாள். ஆனால் நிர்விதா கழிப்பறை தோட்டத்தில் இருப்பதை ஏற்கெனவே கவனித்து இருந்தாள். அவருக்குச் சந்தேகம் வரவில்லை. 'இந்தப் பங்களாவை நா இப்ப சமீபத்துல தாம்மா வாங்கினேன்! பாத்ரூம் தோட்டத்துல தாம்மா இருக்கு!'

அடுத்த முறை நீ வரும்போது உள்ளயே கட்டீரலாம்" என இளித்தார். நிர்விதா வேகமாக... தோட்டத்துப் பின் கதவு வழியாகத் தப்பித்து வீடு வந்து சேர்ந்தாள். அபுவிடம் சொன்னபோது... அவனும்... அந்த தயாரிப்பாளரைத் திட்டித்

தீர்த்தான். மன்னிப்புக் கேட்டுக் கொண்டான்.

அவளின் கைப்பை, ரூபாய் ஐநூறு, 'கைபேசி' அன்று நஷ்டமானது.

அடுத்து தி.நகரில் கதை கேட்டு அடுத்த நாள், மகாபலிபுரம் வரச் சொன்னார் ஒரு புதிய தயாரிப்பாளர். நிர்விதா தலையாட்டிவிட்டு வந்தவள், அவரிடம் மீண்டும் பேசவும் இல்லை! மகாபலிபுரம் போகவும் இல்லை.

இரண்டு நாள் கழித்து கைபேசியில் வந்தவர், "உனக்கெல்லாம் எதுக்கு சினிமா ஆசை? நீ ஒண்ணு பண்ணு பேசாம ஒன் புருஷனுக்கு சோறு பொங்கிப் போட்டு கை கால் அமுக்கி விட்டு கற்புக்கரசி கண்ணகியா வாழு! சினிமா ஆசைய விட்டிரு" என்று கடுமையாகப் பேசினார்.

அடுத்ததாக மீட்டர்குமார் ராஜசேகரன் என்பவரை அறிமுகப்படுத்தினார். அவர் வீட்டிலேயே அவர் மனைவியுடன் கதை கேட்டார். நிர்விதாவிற்கு மனம் நிறைந்தது.

கதையைப் பாராட்டினார், வித்தியாசமானது என்றார். திரைக்கதையைத் தன் வீட்டில் வைத்தே எழுதலாம், அவர் மனைவியும் உடன் இருப்பார் என்றார். "இயக்கம் கூட நீங்களே பண்ணுங்க... குமாரு சொன்னாரு... குறும்படம் இயக்கி இருக்கீங்கனு..." என்றபோது நிர்விதாவின் கண்கள் தன்னை அறியாது மீட்டர்குமாரின் கால்களில் விழுந்து வணங்கியது.

அன்று இரவு நிர்விதா இரவு இரண்டரை மணி வரை உறங்கவில்லை. அவளிடம் பத்து கதைகள் தயாராக இருந்தது. அதை எப்படி பரபரப்பாக திரைக்கதை எழுதலாம் எனச் சிந்தித்தாள்.

உறங்கிய பிறகு கனவு வந்தது. மூன்று படம் தொடர்ந்து மாபெரும் வெற்றி. மாபெரும் மக்கள் கூட்டம் இயக்குநர் நிர்விதாவை வரவேற்றது. அதில் அப்பா இருந்தார். "அப்பா அப்பா!" நிர்விதா அழைக்க, அப்பா அவளைத் தலையில் கை வைத்து ஆசீர்வதித்தார்.

அப்பா அதிக ஆனந்தம் என்றால் அப்படித்தான் செய்வார். சிறு வயதில் காலை நான்கு மணிக்கு எழுந்து படித்தால்

அப்பா எழுந்து காபி கலந்து எடுத்து வருவார். எதுவும் பேசமாட்டார். காபியைக் கொடுத்து விட்டு தலையில் கை வைத்து ஆசீர்வதிப்பார். அந்தக் கை வழியாக... அவரின் அத்தனை அன்பையும் உணர முடியும்.

இந்த நிகழ்வை வீட்டில் தொலைக்காட்சியில் தன் அம்மாவுடனும் இரண்டு பெண்களுடனும், தன் கணவனுடனும் கண்டு மகிழ்ந்தாள்.

'க்ரேட் மம்மி' என குழந்தைகள் கட்டிப்பிடித்து முத்தமிட்டனர். அம்மா கண்கலங்கி, அவள் கையைப் பிடித்துக் கொண்டாள்.

அவள் கணவன் அன்புடன் ஒரு பார்வை பார்த்து கள்ளத்தனமாக ஒரு பறக்கும் முத்தம் கொடுத்தான்.

நிர்விதா பதறி தூக்கம் + கனவு கலைந்து எழுந்தாள்.

கனவின் கடைசிப் பகுதி அவள் மனதில் பல கேள்விகளை எழுப்பியது.

எத்தனைவிதமான துன்பங்கள் கொடுமைகள்... நிஷ்டூரமான வார்த்தைகள் சே! இது என்ன மனம்?! இன்னும் அவனை ஒரு ஓரத்தில் வைத்துக் கொண்டு தவிக்கிறதா? இல்லை என்றால் அவன் கனவில் ஏன் வந்தான்? தவித்தாள்.

அம்மா எழுந்து "என்னடி நீ தூங்கவே இல்லையா?" சலிப்புடன் கேட்டாள்.

உடனே நிர்விதாவின் மூளை ஆக வேண்டியதைப் பார்! குழப்பம் வேண்டாம் என்றது.

நிர்விதா சுறுசுறுப்பாக வேலைகளை முடித்து ஒன்பது மணிக்கு தயாரிப்பாளர் வீட்டை அடைந்தாள்.

அங்கு மீட்டர் குமார், "நிர்விதா நீ திரைக்கதை வசனம், இன்னைக்கே எழுத ஆரம்பிக்கலாம்! ஸார் சொல்லிட்டார்" என்றார்.

நிர்விதா மனம் சிறகை விரித்துப் பறந்தது. வானம் எங்கும் வட்டமடித்து 'அப்பா...! அப்பா! நான் ஜெயிச்சுட்டேன்' எனக் கூவியது. தயாரிப்பாளர், "உங்களைப் பற்றி குமாரு

நிறையச் சொன்னார்! நீங்க கண்டிப்பா படத்தை முடிச்சுக் கொடுப்பீங்கனு எனக்கு நம்பிக்கை இருக்கு! கதையும் வித்தியாசமான கதை! ஜெயிக்கலாம்... ஆனா ஒரு சின்ன கண்டீஷன்" என நிறுத்தினார். மீட்டர்குமார் தொடர்ந்தார்.

"இங்க பாரு நிர்விதா சினிமால ஜெயிக்கணும்னா, ஏதாவது காம்ப்ரமைஸ் பண்ணித்தான் ஆகணும்!"

நிர்விதா மிரண்டாள்! மறுபடியுமா? 'மண்ணுக்குள்ள போற உடம்பு, நாலு பேருக்கு உபயோகப் படட்டும்' கேட்கப் பிடிக்காமல் காதைப் பொத்திக் கொண்டாள். மீட்டர் குமார் "ஐயோ நீரும்மா ஸார் தங்கமானவரு அந்த மாதிரி மனுஷன் கிடையாது..." என்றதும் காதுக்கு சுதந்திரம் கொடுத்தாள்.

"ஸார் என்ன சொல்றாருனா நீ மீடியாவுக்கு வந்து ரெண்டு வருஷம்தான் ஆச்சு! முதல் படம்! ஸாருக்கும் சினிமா புதுசு! முதல் படம்!... 'லேடீஸ்' பாரு! வீட்ல புருஷன் ப்ரச்னை பண்ணா... அப்படியே போயிடுவாங்க... அதனால செக்யூரிட்டிக்கு ஒரு பத்து லட்சம் 'ஷேர்' போடச் சொல்றாரு! ஒரு ரெண்டு நாள் டைம் எடுத்துக்கோ... அப்பதான் உனக்கும் பொறுப்பு இருக்கும்னு சொல்றாரு பத்து லட்சம் ஒரு பெரிய தொகையா?" என முடித்தார்.

நிர்விதாவிற்கு கையின் உதவி இல்லாமல் காது தானாக அடைத்துக் கொண்டது. மனம் கொந்தளித்தது. கால்கள் துவண்டது.

வீடு வந்த பிறகும் 'லேடீஸ் பாரு! நாளைக்குப் புருஷன் ப்ரச்சனை! வாழ்க்கைதான் முக்கியம்னு போயிட்டா...? "ஆமா ஸார்! உடம்பு சுகத்துக்கு ஏங்கும்போது... புருஷன்தான் முக்கியம்னு தோணிக்கும் என்று கூறிச் சிரித்தார் மீட்டர் குமார்.

அவள் காதில் ஒலித்துக் கொண்டே இருந்தது. அன்று இரவு முழுவதும் அழுதாள். பெண்ணாய் பிறந்த அவலத்திற்கு அழுதாள். 'பெண்ணாய் பிறந்திட மாதவம் செய்திட வேண்டுமம்மா' என்று பாடிய தன் குருவாய் பாவித்த கவிஞரையும் மனதில் கோபித்துக் கொண்டாள்.

இன்று மீண்டும் அதே நிலை. மீண்டும் அவள் தரைத்தளத்துக்கு வந்து விட்டாள். இறக்கை வெட்டப்பட்டு குப்புறக் கிடக்கும் குருவி உயிருக்குத் துடிப்பதுபோலத் துடித்தாள்.

அம்மாவிடம் யாரோ முகம் தெரியாத ஜோதிடன் போகிற போக்கில், நிர்விதா முகம் பார்த்து, "இந்தப் பொண்ணு நிறைய முயற்சி பண்ணும்... ஆனா பத்தடி ஏறினா... ஓம்பது அடி சறுக்கிடும்" என்று சொன்னது இப்போது நினைவு வந்தது.

'சே! ஏன் வேண்டாததை எல்லாம் நினைக்கணும்?

'வீழ்வதெல்லாம் எழுவதற்கே!' வீடு அருகில் வர... நிர்விதா கண்களைத் துடைத்தாள்.

அம்மாவுக்குத் தெரியக்கூடாது.

3

அவள் அம்மாவிற்கு சினிமா பிடிக்காது. எப்படியாவது இவளை நல்வழிப்படுத்தி மீண்டும் ஆசிரியை வேலைக்குப்போக வைத்து கணவனுடன் சேர்த்து வைப்பதுதன் தலையாய 'தாய்மை கடமை' என்று எண்ணிக் கொண்டிருந்தாள். இது நிர்விதாவிற்குத் தெரியும். மனதை சகஜ நிலைக்குக் கொண்டு வர முயற்சித்தாள். வீடு வந்தபோது... வெற்றியும் கண்டாள். வழக்கமான புன்னகையுடன் இறங்கினாள். அதனால் அம்மா கண்களை இடுக்கி சந்தேகத்துடன் பார்த்தாள். "என்ன போன சுருக்குல வந்துட்டே" நக்கலாகக் கேட்டாள். "கூட எழுதறவங்க ரெண்டு பேர் வரலை! அதான்!" அவள் குரலில் பதட்டம் இல்லாமல்தான் சொன்னாள். இருந்தும் அம்மா அதை நம்பாமல் "இதெல்லாம் நமக்கு சரிப்பட்டு வராது!" என முணு முணுத்தாள்.

நிர்விதா குளியலறைக்குச் சென்று... முகம் கழுவியபடி,

அடுத்து என்ன செய்யலாம் எனச் சிந்தித்தாள். அம்மா சொல்வதுபோல் ஒதுங்க முடியாது. இதில் மற்ற நான்கு உதவி இயக்குனர்களின் உழைப்பும், எதிர்காலமும் இருக்கு! வேறு தயாரிப்பாளரை அணுகி கண்டிப்பாகப் படத்தை முடிக்க வேண்டும்! உறுதியான முடிவுடன் வெளியே வந்தாள்.

அடுத்த நிமிடம் அபு கோபமாக வீட்டிற்குள் நுழைந்து நிர்விதா எதிரில் நின்று கத்தினான்.

“என்ன அப்படி ஊர்ல உலகத்துல இல்லாததைக் கேட்டுட்டாரு! நீ மீடியாவுக்கு வந்து இரண்டு வருஷம்தான் ஆகுது! என்ன பெரீய... பொல்லாத சப்ஜெக்ட் பண்ணீட்ட...? அவனவன் பத்து வருஷம் அஸிஸ்டெண்ட் டைரக்டரா இருக்கான். சூப்பர் சப்ஜெக்ட் வச்சிருக்கானுக... ஒரு புரொட்யூஸர் குடுண்ணே’னு கெஞ்சறானுக! உனக்கு ரெண்டு வருஷத்திலேயே ஒரு புரொட்யூஸர் கொடுத்திருக்கேன்! பொழைக்கத் தெரியலையே? என் பொழப்பையும் கெடுத்திடுவ போல...”

இத்தனைக்கும் நிர்விதா பதில் கூறாமல் திகைத்து நிற்பதைக் கண்டவன் மனம் தப்புக் கணக்குப் போட்டது. நம்மால் முடியும் என்றது. அதனால் சட்டென்று குரலைத் தாழ்த்தி, கோபம் குறைத்து... சமாதானமாகத் தொடர்ந்தான்.

“நீரும்மா சொன்னாக் கேளு! இந்தப் படம் டிபரண்ட் சப்ஜெக்ட்! கண்டிப்பா ஜெயிக்கும்! நீ எங்கியோ போயிடுவே! உன் ரேன்ஜே மாறீடும்! நம்ம ஜெயிக்கலாம் நீரும்மா! சந்தர்ப்பம் வரும்போது பயன்படுத்திக்கணும் நம்மள நம்பி ரெண்டு மூணு கோடி எறக்குற மனுஷன்... அவருக்காக ஒரு நாள் ஒரு அரை மணி நேரம்... மண்ணுக்குள்ள போற உடம்பு லட்சியத்துக்காக உபயோகப்படட்டுமே? கெஞ்சலாக நிறுத்தினான்.

முதலில் என்ன பொல்லாத சப்ஜெக்ட் என்றவன் அடுத்து ‘ஜெயிக்கற.... சப்பெஜக்ட்’ என்று சொல்வதில் இவன் போன்றவர்களுக்குச் சிறிதும் கூச்சம் கிடையாது.

நிர்விதாவிற்குத் தன் மீதே கடுமையான கோபம் வந்தது.

மூன்று வருடங்களுக்கு முன் பக்கத்து வீட்டிற்கு குடிவந்தான் அபு. நிர்விதாவிடம் தன்னை ஒரு இயக்குனர் என்றான்.

சைவமாக இருந்தும் சினிமா ஆசையில் அவனிடம் உதவி இயக்குனராகச் சேர்ந்து... இயக்குனர் ஆகும் ஆசையில் அவனுக்கு ஒரே ஒரு நாள் முட்டைப்பொரியல் செய்து, கொடுத்தது.... அதில் ஆரம்பித்து...

ஒரே ஒரு நாள் சிக்கன் சூப், ஒரே ஒரு நாள் ரத்தப் பொரியல், ஒரே ஒரு நாள் ஃபீப் செய்து கொடுத்ததால்... இன்று? ஒரே ஒரு நாள் ஒரே ஒரு அரைமணி நேரம் படுக்கச் சொல்கிறான்.

தன்மீதே வந்த கோபத்தில் கொதித்துக் காளியானாள்.

'உன் பெண்மைக்கு சோதனை வந்தால் நீ வல்லூராக மாறி அவன் உயிரைக் கொத்தி விடு! தவறில்லை!' அப்பா சொன்னவை. அவள் கை அவன் கன்னத்தில் பதிந்தது. இன்னொரு கை வாசலைக் காட்டியது.

அவன் சாமர்த்தியப் பேச்சால் பல பெண்களை இழுத்து சாக்கடையில் தள்ளியவன். அவன் அதற்காகவே அடிக்கடி வீடு மாற்றிவிடுவான்.

சைவமான நிர்விதாவை பேச்சால், அசைவ உணவு சமைக்க வைத்த தன்னால், இதையும் சாதிக்க முடியும் என்று வந்த அபுவால் அவள் செயலைத் தாங்க முடியவில்லை. அவளைத் தன் வாயில் வந்தபடிச் சபித்தபடி வெளியேறினான்.

ஆனால் அம்மா...?! இத்தனையும் பார்த்த அம்மா பெரிதாக ஒப்பாரி வைத்தாள். இதைத்தானே இது மாதிரி ஒரு சந்தர்ப்ப சறுக்கலுக்காகத்தான் அம்மா காத்திருந்தாள். 'இன்றோடு இவள் சினிமா ஆசைக்கு சமாதி கட்டிவிடலாம்... என எண்ணி முழு வீச்சில் அஸ்திரங்களை எறியத் தொடங்கினாள்.

"வேணுமாடீ இது?? மானம் போச்சே! இதையெல்லாம் கேட்டும் நான் இந்தப் பாழாப்போன உயிரை விடலியே?! கடவுளே என் உசிர எடுத்திடு" அழுதாள் அம்மா. பின் "சினிமா வேண்டாம் வேண்டாம்னு அடிச்சிக்கிட்டனே... கேட்டியா? சொன்னாக்கேளு இப்பவாச்சும் பெத்த தாய் நல்லதுக்குத்தானே சொல்வேன்? நம்ம குலம் என்ன? கோத்திரம் என்ன? குடும்ப மரியாதை என்ன? போச்சே... எல்லாம் போச்சே?" அழுதாள்.

"ம் வீடு தேடி வந்து ஒருத்தன் நாக்குமேல பல்லப் போட்டு....

படுக்க வாங்கறானே? என் உசிர் துடிக்குதே..." அம்மா மூக்கைச் சிந்தி மேலும் அழுதாள்.

நிர்விதா எந்த முகபாவமும் காட்டாமல் அம்மாவைப் பார்த்துக் கொண்டிருந்தாள் அவள் மனதில், அப்பாவின் நடிப்பையும் நாடகத்திறனையும், அம்மா இதே போல் அழுது பேசி... முடக்கியது, வந்து வந்து சென்றது.

அம்மா தொடர்ந்தாள். "உன் புருஷன் மானஸ்தன்! இந்த நாய்க்காக... நீ கண்ட கழிசடையையும் சமைக்கறதைப் பார்த்ததுமே போயிட்டான்! நா மானங்கெட்டவ இன்னும் உன்னோட இருக்கேன்!"

நிர்விதா இடைமறித்தாள் "அம்மா ராம் மானஸ்தன் இல்லை... புருஷன் சௌகர்யமான உறவு. அந்தக் காலத்துல பொண்டாட்டிய காட்டுல விடலாம்... தள்ளி வைக்கலாம்... இப்ப விட்டுட்டுப் போயிடலாம்! டைவர்ஸ் பண்ணலாம். நீ என்னைப் பெத்த தாய்... எந்தக் கோர்ட்டுக்கும் போயி டைவர்ஸ் கேட்க முடியாது" எனக் கூறிச் சிரித்தாள்.

அம்மா வியப்புடன் பார்த்தாள்.

"எப்படி? எப்படிடீ?! உன்னால சிரிக்க முடியுது?! எனக்கு இந்தச் க்ஷணம் உயிரை விடணும்னு தோணுதே?" அழுகையுடன் சொன்னாள்.

நிர்விதா கோபமாக "அம்மா நீ ஏன் உயிரை விடணும்... இந்த மாதிரி பேச்சுக்கெல்லாம் உயிரை விடுவியா?

அம்மா... நீ ஒண்ணு செய்யலாம்... 'கௌரவக் கொலை' செய்யலாம். என்னால உன் குடும்ப மானம் கெட்டுப் போக வேண்டாம். உன் மாத்திரைகள்... தூக்க மாத்திரைகளை என் வாயில் போடு... நான் செத்துட்டா நீ அழ மாட்டியே...? உன் குடும்ப மானத்தைக் காப்பாத்திக்கோ?" கத்தினாள்.

அம்மா மிரண்டாள். புடவை முந்தானையால் தன் வாயைப் பொத்தி, குலுங்கிக் குலுங்கி அழுதாள். அழுது முடித்து, நிர்விதா அருகில் வந்து தலையைக் கோதி... "இனி இப்படிப் பேசாதம்மா! உன் பிள்ளைகளுக்கு நீ... வேணும். பெத்ததாய் இல்லாத கஷ்டம் சின்னம்மாகிட்ட வளர்ந்த எனக்குத்தான் தெரியும்... உன் குழந்தைகளுக்கு அப்பாவும் வேணும்! அம்மாவும்

வேணும்! அதுதான் அவங்களுக்கு, வளர்ச்சிக்கு நல்லது!

“இந்தக் கண்றாவியெல்லாம் நமக்குச் சரிப்படாது! பழையபடி டீச்சர் வேலைக்குப் போ! உன் புருஷனும் திரும்ப வந்திடுவான்! கண்ட நாயும் படி ஏறி இப்படிப் பேசணுமா? புருஷனோட இருக்கறதுதான் கௌரவம்! உன் குழந்தைகளுக்கு அப்பா வேணும். அதுதான் அவங்களுக்கு நல்லது.” இந்தச் சமுதாயக் கோட்பாடு அவள் மனதை மாற்றும் என அம்மா எதிர்பார்ப்புடன் நிர்விதா முகத்தையே பார்த்தாள்.

நிர்விதா சிரித்தாள்.

“அம்மா உனக்கும் அபுவிற்கும் பெரீய வித்தியாசம் இல்லை!

அவன் கோணத்தில் சரிணு படறதை என்னைச் செய்ய வைக்க, அவன் முயற்சி பண்றான். நீ உனக்குச் சரீணுபடறதை... வாழ்க்கை முறையை என்னை ஏத்துக்கச் சொல்றே! உன் இஷ்டப்படி என்னை வாழச் சொல்றே!”

அம்மா ஆக்ரோஷமாக “நான் உன் அம்மா! உன்னை நல்லபடியா வாழச் சொல்றேன்! அவன் கெட்டுக் குட்டிச்சுவராப் போங்கறான்! என்னையும் அந்த நாயையும் ஒண்ணா வச்சுப் பேசறீயே?”... கேட்டாள்.

நிர்விதாவும் கோபமானாள்.

“அம்மா நீ அம்மாதான். ஆனால் என் வாழக்கை லட்சியம்... அதை மாற்ற உனக்கும் உரிமை கிடையாது. என் புருஷனுக்கும் கிடையாது...”

“நீ பேசறது ஒண்ணும் எனக்கு விளங்கலை! புரியற மாதிரியா பேசறே! நீ உன் அப்பாவேதான்? மற்ற ரெண்டு பேரும் எப்படி இருக்காங்க! நீ ஏண்டி இப்படி சினிமா சினிமானு அலையறே?”

“அம்மா... தங்கச்சிங்க ரெண்டு பேரும் நீ சொன்ன மாதிரி டீச்சர் வேலையில் புருஷனோட சந்தோஷமா இருக்காங்கல்ல... அதை நெனச்சு திருப்திப்படு! என்னை மாத்த முயற்சி பண்ணாதே! நான் அப்பா இல்லை!” என்றாள் நிர்விதா.

அம்மாவின் முகம் மாறியது அழுவதுபோல. “உலகம் கெட்டுக் கெடக்கு. அந்தக் காலம் மாதிரி இல்லை. ‘பொம்பளைக்கு அலையறானுக!’ என்றாள்.

“அம்மா! உலகம் இப்பதான் கெட்டுக் கிடக்கா? ஒரே ஒரு கேள்விக்குப் பதில் சொல்லும்மா! ஊர் ஊராப் போயி பாடப் போன அவ்வையார் எதுக்காக விநாயகரிடம் வயோதிகத் தோற்றம் கேட்டுப் பெறணும்?! இளமையா... பதினாறு வயசுப் பொண்ணாவே போக வேண்டியதுதானே?”

அம்மா திகைத்தாள்.

“அம்மா! உன் பேச்சு சாமர்த்தியத்தை என்னிடம் காட்டாதே! நான் அப்பா இல்லை!” என்றாள் நிர்விதா. தோல்வியை ஏற்க மனமில்லாமல் அம்மா “உன் விதண்டாவாதத்துக்கு என்னால் பதில் சொல்ல முடியாது! ஔவையார் என் பொண்ணு இல்லை! நீ என் பொண்ணு” என்றாள்.

“என் கேள்விக்கு இது சரியான பதில் இல்லையே?” எனச் சிரித்தாள் நிர்விதா.

அம்மாவின் முகம் தன் வாதம் தோற்றுப்போன அவமானத்தில் சிவந்தது.

“உன்கிட்ட மனுஷி பேசுவாளா” என முனகியபடி எழுந்து சென்றாள்.

அடுத்த நாள் நிர்விதா மீட்டர் குமார் அலுவலகம் சென்றாள். மீண்டும் சீரியலில் எழுதலாம் என்ற எண்ணத்துடன் ஒரு மணி நேரக் காத்திருப்புக்குப் பிறகு வசனம் ரமேஷ், வந்து “அவர் நாளை சிங்கப்பூர் போறாரு, அடுத்த வாரம் வாங்க” என்றான்.

அவன் சொல்லும்போதே அது அப்பட்டமான பொய் என்பது நிர்விதாவிற்குப் புரிந்தது.

இது அபுவின் வேலைதான், அவன்தான் மீட்டர்குமாரையும் அறிமுகப்படுத்தியவன். இனி எல்லாத் தொடர்புகளும் கைவிட்டுப் போகும்! பலரும் சொல்வதுபோல் சினிமா மாயமான் தானா? வெகு தொலைவு இழுத்துச் செல்லுமா?

அப்பா நினைவு வந்தது. 'லட்சியத்திற்குப் பல தடைக்கற்கள் வரத்தான் செய்யும்; அதையும் தாண்டிச் செல்' அப்பா சொல்வது நினைவுக்கு வந்தது.

சரி மீண்டும் முதல்படியில் இருந்து ஏறலாம் என்ற உறுதியான முடிவுடன் வீடு வந்தாள்.

4

அவள் வீட்டிற்கு வந்தபோது அவள் கணவன் ராம் பெரிய வெற்றிப் புன்னகையுடன், காபி குடித்தபடி, அம்மாவிற்குச் சமாதானம் சொல்லிக் கொண்டிருந்தான்.

அம்மா முகம் அழுது அழுது வீங்கி இருந்தது.

நிர்விதாவிற்கு உடலின் சகல உறுப்பும் பற்றி எரிந்தது. அவன் செய்த துரோகங்கள் மின்னலாக மின்னி மின்னி மறைந்தது.

முதன் முதலாக அபு அவளை மீட்டர் குமாரிடம், தொலைக்காட்சித் தொடரில் எழுத சேர்த்து விடுவதாகக் கூறியபோது...

இரவே நிர்விதா கணவனிடம் அனைத்தும் கூறினாள். அப்பாவின் நிறைவேறாத நாடகக் கனவுகள்... சினிமாக் கனவுகள் அத்தனையும் உருக்கமாகக் கூறி, அத்தனைக்கும் காரணம் 'அம்மா' என்றும் கூறி... அவள் அழுதபோதும்... அவன் உணர்ச்சியே காட்டாமல் "உன் இஷ்டம்" என்றான். திரும்பிப் படுத்தான். அவளுக்கு முதுகைக் காட்டியபடி "ஸ்கூல்னா மாதம் பிறந்தா சம்பளம் வரும். டியூஷனும் எடுக்கறே! சினிமால காசு முதல்ல வராது! பொம்பளைங்க ஷைன் (Shine) பண்ண முடியாது! பார்த்துக்கோ!" என்றான். நிர்விதாவிற்கும் அன்று மனம் பதறியது. குறைந்த சம்பளம் என்றாலும் மாத வருமானம் இல்லாமல் என்ன செய்வது?

காலையில் அபுவிடம் சொன்னபோது அவன் "ஸார் இது டி.வி. சீரியல் ஸார்! ஒரு எபிசோட் முடிச்சா காசு வந்திடும் ஸார். எழுத எழுத காசு!" என்றதும் "சரி சரி காசு வந்தாச் சரி" என்றான் ராம்.

நிர்விதா சந்தோஷமாக குழந்தைகளை பள்ளிக்கூடம் அனுப்பத் தயார் செய்தாள். தினமும் அவர்களைப் பள்ளிக்கூடம் கொண்டு விடுவது ராம் வேலை.

ஆனால் குளிக்கச் சென்றவன் பெரிதாக "அம்மா!" எனக் கத்தினான். வாளி உருளும் சப்தம் கேட்டது.

நிர்விதா பதட்டமானாள். அவன் முனகியபடி 'விழுந்துட்டேன்... கால் சுளுக்கிடுச்சு" என குளியறை விட்டு வெளியே நொண்டியபடி வந்தான். இரண்டடி நடந்தவன் ''முடியலையே கடவுளே எனப் பெரிதாக அழுதான்...'' குழந்தைகளும் "அப்பா அப்பா" என அழுதனர்.

நிர்விதா அவனைக் கைத்தாங்கலாக அழைத்துச் சென்று கட்டிலில் உட்கார வைத்து... தலைதுவட்டிச் சமாதானம் செய்தாள்.

பிறகு அவளே குழந்தைகளைப் பள்ளிக்கு அழைத்துச் சென்றாள்.

வந்து தான் இஸ்திரி செய்து வைத்த தன் உடையை வீடு முழுவதும் தேடினாள். கிடைக்கவில்லை.

ராமிடம் கேட்டபோது "தெரியலையேம்மா! நீ பதட்டத்துல அழுக்குக் கூடைல போட்டுட்டியா? என எதிர்கேள்வி கேட்டான்.

பின் அவளைக் கண்ணிற்குள் உற்றுப் பார்த்து "டார்லிங்! நான் ஆபீஸ் லீவ் சொல்லீட்டேன்! மதியம் சாப்பிட ப்ரிஜ்ல கேரட் பீன்ஸ் இருந்தா வெஜ் புலாவ் பண்ண முடியுமா?" பாவம் போல, குழந்தை போலக் கேட்டதும் நிர்விதா 'பாவம்' என நினைத்தாள்.

அவசர அவசரமாகப் புலாவ் செய்தாள். அப்படியும் அது ஒரு மணி நேரத்தை விழுங்கியது.

அபுவிற்கும் கொடுத்தாள். அவனும் சந்தோஷமாக மதியம் சாப்பிடலாம் என வாங்கிக் கொண்டான்.

மீண்டும் ஒரு பத்து நிமிடம் தேடிவிட்டு ராமைக் கேட்டபோது... ''தெரியலையேம்மா... நானே காலை ஓடச்சுக்கிட்டு கஷ்டப்படறேன். நீ வேற'' என எரிச்சலாகக் கூறினான். நிர்விதாவிற்கு குற்ற உணர்வாக இருந்தது.

“நான் நாளைக்குப் போறேன்! நீங்க கிளம்புங்க; ஆஸ்பத்திரி போலாம்” கெஞ்சினாள்.

“வேண்டாம்மா நீ போயிட்டு வந்து போலாம்! அப்றம் உன் அம்மாவைத் திட்டற மாதிரி என்னையும் திட்டுவே போ! போயிட்டு வா” என்றான்.

நிர்விதாவும் அபுவும் மீட்டர்குமார் அலுவலகம் சென்றபோது மணி ஒன்று. அங்கு அவர் இல்லை.

அவரின் உதவியாளர் நீலன் அபுவைத் தனியாகத் தள்ளிக்கொண்டு சற்றுத் தொலைவு சென்று, அவளைக் காட்டி ஏதோ சொல்லிச் சிரித்தான். பிறகு நான்கு மணி வரை காத்திருக்கச் சொன்னான்.

ஆனால் ராமை மருத்துவமனை கூட்டிச் செல்ல வேண்டும். குழந்தைகளை மூணறை மணிக்கு பள்ளியில் இருந்து அழைத்து வரவேண்டும் என்பதால் நிர்விதா மறுத்து விட்டாள். அடுத்த நாள் சரியாக பத்தரைக்கு வந்து விடுவதாகக் கூறி விடை பெற்றார்கள்.

நிர்விதா அவசரமாக வீடு வந்து ''ராம் கிளம்புங்க... ஆஸ்பத்திரி போலாம்” என்ற போது... ராம் மறுத்தான்.

“இப்ப பரவால்லை... எதுக்கு போணும் பாக்கலாம்” எனத் தட்டிக் கழித்தான்.

அடுத்த நாள் நிர்விதா உஷாராக காலையில் எழுந்து... வேலைகளை முடித்தாள். குழந்தைகளைத் தயார் செய்ய முனைந்தபோது... அவர்கள் அப்பா லீவு! நாங்களும் ஸ்கூல் லீவு; பீனிக்ஸ் மால் போலாம்” என்று அடம் பிடித்தனர்.

‘சரி அப்பாவுடன் இருக்க ஆசைப்படுகிறார்கள்’ என எண்ணிய நிர்விதா சம்மதித்தாள்.

ஆனால் அவள் குழந்தைகளுக்கும் அவனுக்கும் காலை உணவைக் கொடுத்து தானும் உண்டு கிளம்பியபோது... அவனும் காரியாலயம் கிளம்பிவிட்டான். நன்றாக வீசி வீசி நடந்தான். நிர்விதா மின்சார அலைகளால் தாக்கப்பட்டவள் போல... அதிர்ந்து... "ராம் கால் சுளுக்கு? ஆபீஸா போறீங்க?" என சற்று படபடப்பாகக் கேட்டாள்.

ராம் சாதாரணமாக "கால் சரியா போச்சு... அதான் ஆபீஸ் கௌம்பீட்டேன்" எனக் கூறித் தன் இருசக்கர வாகனத்தில் ஏறி புள்ளியாய் மறைத்தான்.

நிர்விதாவுடன் இப்போது அபுவே திகைத்து விட்டான். எத்தனையோ குடும்பச் சண்டைகளைப் பார்த்தவன் அவன். இப்படி ஒரு குள்ளநரித்தனத்தை இதுவரை பார்க்கவில்லை. நிர்விதா குழந்தைகளைச் சமாதானம் செய்து, அப்போது தங்கை வீட்டில் இருந்த அம்மாவிடம் விட்டுச் சென்றாள்.

அன்று மீட்டர் குமாரை ஒரு வழியாக சரியான நேரத்தில் சந்தித்தனர். அவர் தனக்கு எழுதுவதோடு ஒரு தனியார் தொலைக்காட்சியிலும் உதவி இயக்குநர் தேவை என இவளை கைபேசி மூலமே அவர்களிடம் அறிமுகம் செய்தார். அவர்களும் அடுத்த நாளே வரும்படிக் கூறினார்கள்.

அன்று நிர்விதா சந்தோஷத்தில் சுறுசுறுப்பாக வேலை செய்தாள். கணவன் செய்த செயல் உறுத்தினாலும், ஒன்றும் கேட்காமல், தொலைக்காட்சிக்குச் செல்ல தன்னைத் தயார் செய்து கொண்டாள்.

தான் உதவி இயக்குநர் என்பதை எண்ணி மகிழ்ந்தாள். காலை ஆறுமணிக்கு துணி துவைத்து விடலாம் என இயந்திரத்தை திறந்தபோது அவள் தேடிய இஸ்திரி செய்த உடை அவளைப் பார்த்துச் சிரித்தது. அவன் தான், பள்ளிக்கூடம் சென்றபோது போட்டிருக்கிறான்.

அவன் கால் சுளுக்கு பொய்! நடிப்பு! அடுத்த நாள் வேண்டுமென்றே குழந்தைகளைத் தூண்டி விட்டுச் சென்ற துரோகம், ஏழு வருட திருமண வாழ்க்கையில் முதன் முதலாக அவனின் கொடூர முகம் அவள் கண்ணுக்குப் புலப்பட்டது.

அவன் எட்டு மணிக்கு எழுந்ததும் நிர்விதா கேட்டபோது...

"நா ஏம்மா போடறேன்! நானே கால் சுளுக்குன்னு நடக்க முடியாமக் கெடந்தேன்! உனக்கு பதட்டம்! புகழ் ஆசை! நீயே போட்டுட்டு என் மேல பழிபோடற?" எனக் கத்தினான்.

ஒரு பெண் தன்னைத் 'தனி மனுஷி' என்று உணர்ந்து செயல்பட ஆரம்பித்தால் கணவனின் அன்பு காணாமல் போகும். கணவனின் நிழலாக இருக்கும் வரைதான், கணவன் அன்பானவன், பண்பானவன். மனைவி வேலைக்குப் போகலாம். ஆனால் அது சமுதாயத்தால் கணவனால் அங்கீகரிக்கப்பட்ட வேலையாக இருக்க வேண்டும்.

ஒரு சின்ன வட்டத்துக்குள் இயங்க வேண்டும்.

கடிவாளம் கணவன் கையில்தான் இருக்க வேண்டும்.

அவனின் குள்ளநரித்தனம் புரிந்தது. ஏழு வருடங்களாகக் கணவனைப் புரிந்து கொள்ளாமலே வாழ்ந்து விட்ட அவலம் அன்றுதான் அவளுக்குப் புலப்பட்டது. அவள் தொலைக்காட்சியில் வேலைக்குச் சேர்ந்த பிறகு, அவன் சுயரூபம் முழுவதும் வெளிப்பட்டது. தினம் ஒரு சண்டை காலையில் நடக்கும். கடைசியாக ஒரு நாள், அபுவிற்காக அவள் ஆம்லெட் செய்தபோது, காரியாலயம் போவதாகக் கூறிச் சென்றவன் திரும்பி வந்தான்.

மீதி முட்டைகளை அவள் முகத்தில் வரிசையாகத் தூக்கி வீசினான். தரை முழுவதும், அவள் முகமும் அலங்கோலம் ஆனது.

"உனக்கு சினிமா ஆசை உடம்பெல்லாம் முளைச்சிருக்கு; நான் இனி இங்க இருந்தா என் மானம் போயிடும்" என மூட்டை முடிச்சுடன் கிளம்பி விட்டான்.

"உனக்கு சினிமா ஆசை... உடம்பெல்லாம் முளைச்சிடுச்சு! இனி நான் இங்கிருக்கறது உன் தொழிலுக்கு இடைஞ்சல்!" என்ற இரண்டே வரியில்... பதிலுக்குக் காத்திராமல் சென்றவன்... இரண்டு வருடமாகக் குழந்தைகளைக் கூட எட்டிப் பார்க்காதவன் இன்று ஏன் வந்தான்? இது அம்மாவின் சக்கர வியூகம்தான். அவள் இருவரையும் முறைத்தபோது...

ராம் "உனக்குப் பிரச்னைனு அத்தை அழுதாங்க... நம்ம சமூகத்துல, ஆண் துணை இல்லாம வாழறது கஷ்டம் நீ

கஷ்டப்படறேனு அத்தை சொன்னாங்க... மனசு கேக்கலை! அதான் வந்தேன். இனி நான் இருக்கேன்! எந்தப் பய வந்தாலும் செருப்படிதான், கவலைப்படாதே!" என்றான்.

அன்பொழுகப் பேசினாலும் 'கூட இருந்தே குழிபறிக்கறேன் பாரு' என்று கூறுவதுபோல்தான் நிர்விதாவிற்குத் தோன்றியது.

ஒரு கைகுட்டைகூட விடாது அள்ளிச் சென்றவன்.

அதே இரண்டு பெரிய பெட்டிகள் இனி நிரந்தரமாக வந்துவிட்டான் என்பதைப் பறைசாற்றியது.

இனி எது செய்தாலும் 'நான் போயிருவேன்' எனப் பயமுறுத்துவான். எல்லாச் செயல்பாட்டையும் முடக்கிவிடுவான். அவள் எதுவும் பேசாமல் அவன் பெட்டிகளை வாசலை நோக்கி இழுத்துச் சென்றாள். அம்மாவும் அவனும் ஏக காலத்தில் கதறினார்கள் "ஏய்... ஏய்! என்ன செய்றே?"

'சிகரெட்டால் சுடமாட்டான், ஆனால் நாக்கால் சுடுவான். செயல்களால் அவள் ஆசைக்கு இதை வைத்து நெருப்பு மூட்டுவான்.'

நிர்விதா தெருவில் சென்ற ஆட்டோவை நிறுத்தினாள். பெட்டிகளை ஆட்டோவில் ஏற்றினாள். அவள் நடவடிக்கை கண்டு அவமான உணர்வில் கொந்தளித்தவனைப் பார்த்து,

"எங்கிட்டயும் செருப்பு இருக்கு... எனக்கும் அடிக்கத் தெரியும்! உன் உதவி தேவை இல்லை!" என்றாள்.

அவன் முகம் வெறிகொண்ட ஓநாயாக மாறியது. அம்மாவைப் பார்த்து "சீ பொண்ணாடி வளர்த்து விட்டிருக்கே நீயெல்லாம் ஒரு மனுஷினு நீ கூப்டேனு வந்தபாரு தூ" எனத் துப்பி விட்டுச் சென்றான். வயதிற்குக் கூட மரியாதை கொடுக்காமல்.

அம்மா அவமான உணர்வுடன், "எல்லாம் உன்னாலதான்" என அழுதாள்.

"என்னால இல்லை பெத்த பொண்ண நம்பாம, மூணாவது ஆளை நம்பின! உன்னோட வினையின் எதிர்வினைதான்! உனக்கு மூணு பொண்ணை வளர்த்து கல்யாணம் பண்ணிக் கொடுத்துட்ட பெருமை!

மூணு பேரும் புருஷனோடு குழந்தைகளோட வாழணும்! நம் சமூகம் உன்னைப் பாராட்டணும்! சொந்தக்காரங்க பாராட்டணும் அதானே?

அதுதான் நிறைவான வாழக்கைனு நீ ஒரு இலக்கணம் (definition) வச்சிருக்கே! அம்மா! நீ சுயநலம் கொண்டவள். உன் கௌரவம் தான், உன் நிம்மதிதான் உனக்கு முக்கியம்.

நீ நினைக்கறதுதான் சரினு கர்வம் உனக்கு! ராமைபோய் அழுது கூப்பிட்டிருக்கே! நீ அப்பாவை நாடகம் போட விடாம பண்ணினே... அதனால நீ ஜெயிச்சுட்ட பெருமை உனக்கு... மூணு பொம்பளப் புள்ளய வச்சுக்கிட்டு கூத்தாடிப் பொளப்பு வேண்டாங்கனு" அழுது... கவுத்துட்டே! உனக்கு நிம்மதியான பாதுகாப்பான வாழ்க்கை... உன்னோட வெற்றி அப்பாவோட தோல்வி! கடைசிவரை ஏக்கத்திலேயே வாழ்க்கையைக் கழிச்சாரு...!" அம்மா ராம் கொடுத்த அதிர்ச்சியில் இருந்து மீளாமல் நிர்விதாவைப் பார்த்தாள்.

பிறகு,

"நான் எனக்காகவா செய்தேன்? எல்லாம் உங்களுக்காகத்தான்... மூணு பொட்டப்புள்ளைகளைப் பெத்துட்டமேங்கற பயம்தான். நான் என்ன உன்னை மாதிரி படிச்சு வேலைக்கா போனேன்?

"அம்மா அழாதே... நீ அழறது எனக்குக் கஷ்டமா இருக்கு! ஆனா அதுக்காக உன் செயலை நியாயப்படுத்தாதே! நான் ஒத்துக்கமாட்டேன்!

உனக்கு பயம். எதனால் பயம்?

உனக்கு அப்பா மேல நம்பிக்கை இல்லை! சில வருஷம் முன்னால் அப்பா சொல்லி வருத்தப்பட்டாரு. ஒரே ஒரு வசனம்; 'கண்ணகியானால் கடுகிச் செல்! மாதவியானால் மடிமேல் வா!' ஆண்கள் பக்கம் இருந்து அப்ளாஸ் அமோகமாக வந்தது! ஆனா உன் அம்மா பயப்பட ஆரம்பிச்சுட்டா.

வீட்டுக்கு வந்தாலே அழுகை. ரகளை. உங்களை குளிக்க வைக்க மாட்டா. சமைக்க மாட்டா. ஒருநாள் மூணுபேரும் ஒண்ணா பசிக்குதுப்பா... நாடகம் வேண்டாம்பானு அழுதீங்க... பெத்த தகப்பன் உயிரோட இருக்கும்போதே, பிள்ளைங்க பசினு

அழறதை என்னால தாங்க முடியலை! அதான் மொத்தமா எல்லாத்தையும் விட்டுட்டேன்னாரு! அப்பாவின் 'ஈரமான மனசு. அதுதான் உன் வெற்றிக்கு காரணம். உன் சாமர்த்தியம் இல்லை அப்பா உண்மையான கலைஞன்! 'அன்பு', 'பாசம்', 'கருணை' இதுதான் ஒரு 'கலைஞன்' உன்னைவிட அப்பாவுக்குதான் எங்க மேல பாசம்!'

அம்மா மிக மோசமாக அழுதாள். "மரணப்படுக்கையில் அப்பா கடைசியா என்னை மட்டும் கூப்பிட்டு என்ன சொன்னார்னு தெரியுமா?"

அம்மா பரபரப்பாகச் "சொல்லுடீ!" என்றாள்.

"யார் பேச்சைக் கேட்டும் சினிமாவை விடாதே! முயற்சி... முயற்சினாரு... அப்றம் பேசலை" என்றாள் நிர்விதா கண்ணில் கண்ணீர் கொட்டியது. அப்பாவின் நினைவால்.

அப்பா வாயால் இதைச் சொல்லவில்லை! அவருடைய ஏக்கமான கண்கள் நிறைவேறாத கனவுகளை... ஆசைகளை... லட்சியங்களை... சொல்லியது. இவள் தன் கனவை நிலைப்படுத்துவாள் என்ற எதிர்பார்ப்புடன், தலையில் கை வைத்து செய்த ஆசீர்வாதம் இதை இவளுக்கு உணர்த்தியது.

ஆனால் இங்கே யாரும் உண்மை பேசும் கண்களைப் பார்ப்பதில்லை. பொய் பேசும் வாயைத்தான் மதிக்கிறார்கள்.

அதனால் அப்பாவின் கண் சொன்னதை, வாய் சொன்னதாகப் பொய் சொன்னாள்.

அம்மா அழுதாள். "மூன்று வருஷம் ஆச்சு" என்றாள்.

நிர்விதாவிற்கும் அப்பா நினைவால் அழுகை வந்தது.

"சினிமா ஒரு நல்ல ஊடகம்! அம்மா... பயம் தேவை இல்லாதது, தப்பு பண்றவங்க பள்ளிக்கூடத்தில் இல்லையா? கல்லூரியில் இல்லையா! நான் சினிமா மூலமா நம்ம சமுதாயத்துக்குப் பயன்படற நல்ல விஷயங்களைத்தான் சொல்ல விரும்பறேன்! தயவு செய்து புரிஞ்சுக்கம்மா! இன்னைக்கு புத்தர் இருந்தாக்கூட சினிமா மூலமும் டி.வி. மூலமும் தன் உபதேசங்களைச் சொன்னாலும் சொல்லலாம். ஏன்னா ஊடகம் மூலமா மக்களைத் தொடர்பு கொள்வது சுலபம்! அபு மாதிரி

சிலர் எங்கேயும் இருப்பாங்க. சினிமாவிலும் உண்டு. அதுக்காக மொத்த சினிமாக்காரங்களும் மோசம்னு சொல்றது தப்பும்மா!" அம்மாவாவது தன்னைப் புரிந்து கொண்டு ஆசீர்வதிக்க மாட்டாளா என்ற ஆதங்கம் இருந்தது அவளுக்கு. சிலையாக அமர்ந்துவிட்டாள் அம்மா. அம்மா எதுவும் பேசவில்லை.

5

இரவு வழக்கம்போல நிர்விதாவிற்கு தூக்கம் வெகு தொலைவில் நின்றது. அவள் கண்ணை மூடினாலும் கண்ணுக்குள் கணவனின் அந்தக் கொடூர முகம் வந்து வட்டமடித்தது.

இந்தப் போராட்டம் தேவையா என்று கூட ஒரு மனம் கேட்டது.

கடைசியில் அப்பா மாதிரி நானும் தோற்று... வயதாகி ரத்தம் சுண்டிய பிறகு ஏக்கத்துடன் வாழப் போகிறேனா?

மூன்று பெண் பிள்ளைகளைப் பெற்றதால் அப்பாவின் கலை உலகம் முடிவு கண்டது. நான் பெண்ணாகப் பிறந்ததால் எனக்கும் கலை உலகம்... சினிமாக் கதவுகள் திறக்காதோ?

அப்பாவின் போராட்டமான வாழக்கையை எண்ணிப் பார்த்தாள். அவளின் சிறுவயதில் அப்பா 'இரயில்வே பாதுகாப்பு?' விழாக்களில் விழிப்புணர்வு நாடகம் இயக்குவார்.

அப்போது அம்மா எதுவும் சொன்னதில்லை. நடிக்க வருபவர்களும் இரயில்வே பணியாளர்கள்தான். ஒத்திகைக்கு வருபவர்களுக்கு அம்மா நீர் மோர்கூடக் கொடுப்பாள். ஆனால் அப்பா தனியாக, 'ரயில்வே நாடக கம்பெனி' என ஆரம்பித்து, அதில் நாடக நடிகைகளும் நடிக்க ஆரம்பித்த பிறகு அம்மா படிப்படியாக மாறிவிட்டாள்.

அப்பா பாவம். அப்போதும் வீட்டில்தான் ஒத்திகை வைத்துக் கொண்டார். அப்படி இருந்தும் அம்மா சந்தேகப்பட ஆரம்பித்தாள்.

கமலா என்ற நடிகை ஒத்திகைக்கு வந்தால் அப்பாவிற்கு சிரிப்பு பொங்குகிறது, எனக் குற்றம் சாட்டுவாள். கோபப்படுவாள் கடைசியில் குமுறிக் குமுறி அழுவாள்.

பரிமளா என்ற நடிகை வந்தால் அம்மா கதவிடுக்கு வழியாகக் கண்காணிக்க ஆரம்பித்தாள்.

சில சமயம் அம்மா தனியாகக் குமுறிக் குமுறி அழுவாள்.

"ஏம்மா அழறே" என்று நிர்விதா கேட்டால்,

"உனக்குச் சொன்னாப் புரியாது போ!" என விரட்டுவாள். பின், "இதான் சாக்குனு தொட்டுத் தொட்டு சொல்லிக் கொடுக்கறதைப்பாரு! அவளுக இளிப்பைப் பாரு! தூ! தே... யா.... என்று திட்டுவாள்.

இப்போதும் அதை மறுசுழற்சி செய்து பார்த்தபோது அப்பாவின் அப்பாவித்தனம்தான் தெரிந்தது. அப்பா நினைத்திருந்தால் ஒத்திகையை வேறு இடத்தில் செய்திருக்கலாம்.

ஆனால் அப்பா பால் இன மாறுபாடு இன்றி நட்புடன் பழகியதால், குற்ற உணர்வு இன்றி, வீட்டிலேயே ஒத்திகை பார்த்தார் என்பதுதான் உண்மை.

அப்பா ஜன்னல் பக்கம் நின்று வெளியே வேடிக்கை பார்த்தால்கூட அம்மா, "அங்க நின்று எவ வர்றானு பாக்குறியா" எனக் கேட்டு சண்டை போட ஆரம்பித்தாள்.

அப்பா 'சிலப்பதிகாரம்' நாடகம் போட்ட போதுதான் சண்டை உச்ச கட்டத்தை அடைந்தது.

அப்பா வீட்டிற்குள் நுழையும்போதே அம்மா போர்க்கொடி ஏற்றிவிடுவாள். மூன்று குழந்தைகளில் யாரையாவது இழுத்து அடிப்பாள். ஒழுக்கம் பற்றிப் போதிப்பாள். முடிவில் 'கூத்தாடிக் குடும்பம்' என வசை பாடுவாள். பின் அம்மாவும் சேர்ந்து அழுவாள். அடுப்படியில் பூனை தூங்கும். அப்பா சமையலறையில் புகுந்து, அவசர அவசரமாக ஏதாவது செய்து,

சாப்பிட வைப்பார். அம்மாவையும் கொஞ்சிக் கெஞ்சி சாப்பிட வைப்பார்.

தலைவலியுடன் நிர்விதா உறங்கினாள். அப்பா வந்து, "இரும்மா... நான் தைலம் தேச்சு விடறேன்" என்றார். தைலம் தேய்த்து, தன் சட்டை காலரில் வைத்திருந்த கைக்குட்டையை எடுத்து, நெற்றியில் பட்டையாக அழுத்தும்படிச் சுருட்டி, தலையின் பின் பக்கம் இறுக்கமாக முடிச்சுப் போட்டார். நிர்விதாவின் தலைவலி பறந்தது. நிம்மதியாக, உறங்க ஆரம்பித்தாள். அப்பா எப்போதும் சட்டைக் காலர் கறை, அழுக்குப்படாமல் இருக்க வெள்ளைக் கைக்குட்டையைக் கழுத்தில் வைப்பார்.

அவளின் குழப்பமான மனநிலை அவளுக்கு அடுத்த கனவைக் கொண்டு வந்தது. ஒரு பெரிய நண்டு தன்னை நோக்கி வருவதைப் பார்த்தாள்.

அது 'நண்டு வருது! நண்டு வருது! கண்ணை நோண்ட நண்டு வருது!' எனப் பாடியபடி வந்தது. அதற்கு ஒரு கை இருந்தது. கை அவள் கணவனின் கை. அதில் ஒரு மிகப் பெரிய ஊசி இருந்தது. நண்டு ஒரே தாவலில் தன் கையில் இருந்த பெரிய ஊசியால் அவளின் இரண்டு கண்களையும் குத்தியது. இரத்தம் பொங்கி வழிந்தது. அடுத்த நொடி அவளுக்கு பூமி இருளில் மூழ்கியது. அவள் கணவன் சிரிக்கும் சப்தம் மட்டும் கேட்டது.

"நீரு என்னம்மா பண்றது? நீ தோட்டத்தை சுத்தம் பண்றதே இல்லை! அதான் நண்டு மேயுது! தப்பு உன்மேலதான்! உனக்கு ஏது நேரம்? நீதான் சினிமா சினிமானு அலையறயே?" என்று சிரித்தான். 'அட்டாச் பாத்ரூம் இருக்கற அறையில் நீ இருந்துக்கோ! எதுக்கும் நீ உன் ரூமை விட்டு வெளியே வரவேண்டாம்" என்றான் மீண்டும் "மனசைத் தேத்திக்கோ! கண்ணில்லாம எப்படிப் படம் பண்ண முடியும்? விட்டிரு! அந்த ஆசைய விட்டிட்டு பேசாம வீட்லயே இரு! உன்னை நா பாத்துக்கறேன்!" அவனின் கொடூரச் சிரிப்பைத் தாங்க முடியாமல் மனம் கதறியது. கோபத்தில் சோகத்தில் அவள் தொண்டையில் இருந்து விசித்திர அழுகை வெடித்துச் சிதறியது.

அம்மா அடித்து எழுப்பினாள். நிர்விதா கண்ணில் அம்மா நிற்பது தெளிவாகத் தெரிந்தது. "நல்ல வேளை கனவுதான்" என அவள் வாய் முணுமுணுத்தது. நெற்றியைத் தொட்டுப் பார்த்தாள், அங்கே கைக்குட்டை இல்லை. அப்பா வந்ததும் கனவுதான்! "அப்பா... என் அப்பா நீ திரும்ப வாயேன்" என ஏக்கத்துடன் சொல்லிக் கொண்டாள்.

"அப்பா நான் என்ன செய்ய?" மனம் கேட்டது.

"என்னடீ தானே பேசிக்கற? பைத்தியமா நீ? தேவையாடீ உனக்கு? இந்தப் பாழாப்போன சினிமா...? இப்படி ரா முழுக்கத் தூங்காமா என்னையும் தூங்க விடாம... ஒவ்வொரு பகலுக்குப் பிறகும் ஒரு ராத்திரி வரும். புருஷன் இல்லாமத் தூக்கம் எப்படி வரும்? 32 வயசு... வாழற வயசு. இந்தக் கஷ்டம் எதுக்கு? இதுல என்ன கௌரவம் வேண்டிக் கெடக்கு. உன் புருஷனை நா கூப்டுப் பேசறேன்" என்று அம்மா ரகஸியக் குரலில் சொன்னாள்.

ஆனால் நிர்விதா கண்ட கனவின் உணர்ச்சிக் கொந்தளிப்பில், குழப்பத்தின் உச்ச மனநிலையில் "அம்மா வாய மூடு! வாய மூடு" என்று பெரிதாகக் கத்தினாள்.

குழந்தைகள் இருவரும் விழித்து குதித்துக் குதித்து பெரிதாக அழ ஆரம்பித்தனர்.

அம்மா, நிர்விதா இருவர் கவனமும் அவர்களைச் சமாதானம் செய்து உறங்க வைப்பதில் சென்றது.

பிறகு நிர்விதாவிற்கு படுக்கவே மனம் வரவில்லை முன்னறைக்கு வந்து தொலைக்காட்சிக்கு உயிரூட்டினாள். பிறகு அணைத்தாள். எதுவும் பிடிக்கவில்லை.

மூன்று பெண் குழந்தைகளைப் பெற்றதால் அப்பாவின் திரை உலக ஆசைக்கு அம்மா முற்றுப்புள்ளி வைத்தாள். பெண் என்ற காரணத்தினால் தனக்கு 17 வயதில் நடிக்க வந்த வாய்ப்பையும் அம்மா முற்றுப்புள்ளி வைத்தது அவள் நினைவில் வந்தது. அவள் எழுதி பிரபல வார இதழில் வெளியான கதையை, திரைப்படத்துக்கு ஏற்றது என அப்பாவின் நண்பர் கருதி திரைப்பட இயக்குனரை (அவரின் நண்பர்) வீட்டிற்கே அழைத்து வந்து விட்டார்.

அவர், "கதை நல்லா இருக்கு! இந்தக் கதையில் பாப்பாவே நடிச்சா நல்லா இருக்கும்!" என்று அப்பாவிடம் கூற, கேட்டுக் கொண்டிருந்த அம்மா கொதித்து... வாயில் வந்தபடி திட்டி துரத்திவிட்டு தன்னையும் அறையில் தள்ளி பூட்டியது நினைவில் வந்து அழுதாள்.

இன்று 32 வயதிலும் அம்மா அதைத்தானே சொல்கிறாள். மனம் கசந்தது. நிர்விதா முன் இரண்டு கேள்விகள் பூதாகரமாக நின்றது.

ஒரு ஆணுக்குப் பின்னால் ஒரு பெண் ஆதரவாக இருந்தால் அவன் சாதிப்பான். அப்பாவுக்கு அம்மாவின் ஆதரவு கிடைக்கவில்லை. அப்பாவால் சாதிக்க முடியவில்லை; இல்லை அப்பாவே பெற்ற பிள்ளைகளுக்காக விட்டுக் கொடுத்தார்.

தனக்கும் கணவனின் ஆதரவு இல்லை என்பதை வருத்தத்துடன் துயரத்துடன் உணர்ந்தாள். பொதுவாக, ஒரு பெண்ணிற்கு பின்னால் ஆண் இருப்பதில்லை.

ஒரு பெண் சாதிக்க எண்ணினால் அவள் தனித்துதான் நிற்க வேண்டுமா? படுக்கை அறை கதவு அடைக்கப்பட்டால்தான், திரை உலகக் கதவு திறக்குமா? இதுவரை நடந்த முயற்சிகள் அனைத்தும் அவள் கண்ணில் வந்து வந்து சென்றது. ஒன்று நிர்விதாவிற்குத் தெளிவாகப் புரிந்தது. இதுவரை தான் சந்தித்த அனைவரும் திரை உலகிற்குத் தன்னைப் போலவே முற்றிலும் புதியவர்கள். திரை உலகில் சாதித்த யாரையும் தன்னால் நெருங்க முடியவில்லை என்பதைப் புரிந்து கொண்டாள்.

மீண்டும் இனி என்ன செய்வது? என்ற மகத்தான கேள்வி வந்து மனதில் அமர்ந்து கொண்டது. ஒரு கட்டத்தில் நிர்விதாவிற்கு சலிப்பு வந்தது. கடிகாரம் மணி நான்கு என்றது. கடிகாரத்தில் இருந்த சிறிய பறவை வெளியில் வந்து நான்குமுறை கூவி விட்டு உள்ளே சென்றது. இது அப்பாவிற்கு நாடகத்திற்காக பரிசாகக் கொடுக்கப்பட்டது. அதில் அப்பாவின் முகம் தெரிந்தது. அப்பா சொன்னார். 'ஒவ்வொரு விடியலும் மகத்தானது.. மீண்டும் போராட.... வெற்றி பெற... இன்னொரு வாய்ப்பு!'. 'அப்பா சொல்வதுதான் சரி!

நிர்விதா அனைத்து எண்ணங்களையும் உதறி எழுந்தாள். அவளுக்கும் சூரியனின் முதல் கதிர்கள் உற்சாகத்தைக் கொடுத்தது. ஒளியைக் கொடுத்தது.

இரவில் வந்த கனவுகளின் தாக்கத்தில் இருந்து விடுபட விபூதி எடுத்து நெற்றி நிறையப் பூசிக் கொண்டாள். கொஞ்சம் நிம்மதியாக இருந்தது.

அடுத்து யாரைப் பார்க்கலாம்? என்ன செய்யலாம் என மனம் கணக்குப் போட்டது.

அபு... வேண்டாம்! மீட்டர்குமார் வேண்டாம்...!

உதவி இயக்குநர்கள்... வேண்டாம். ஆனால் அவர்களை எண்ணியபோது நிர்விதா மனதில் இரக்கம் வந்தது. நான்கு பேரும் திறமையானவர்கள்தான். எப்படியாவது தானும் ஜெயித்து அவர்களையும் வெற்றியடையச் செய்ய வேண்டும் என மனம் உறுதி செய்தது. அடுத்த இரண்டு நாட்களும் நிர்விதா யாருடனும் தொடர்பு கொள்ளவில்லை. வெறியுடன் நாற்பது காட்சிகள் எழுதி திரைக்கதையை முடித்தாள். அம்மாவும் ஆழ்ந்த சிந்தனையில் இருந்தாள். நிர்விதா எழுதி முடித்துப் படித்துப் பார்த்தபோது... அதை மனக் கண்ணில் காட்சிப் படுத்திய போது... திருப்தி. அவள் மனம் இமயமலையின் உச்சியில் நின்று நூறு நாள் நிச்சயம் என ஆர்ப்பரித்தது. முகநூலில் வரும் பாராட்டுக்கள், பத்திரிகை, தொலைக்காட்சி... பேட்டிகள் எனக் கற்பனையில் மிதந்தாள்.

பள்ளிக்கூடம் விட்டு வந்த அவளின் ஏழு வயதுப் பெண், “அம்மா இன்னைக்கு ஹேப்பியா இருக்கீங்க” என, அவளும் சந்தோஷப்பட்டாள். நான்கு வயது மகன், “குட் மம்மி!” என்று பாராட்டினான்.

நிர்விதாவிற்கு சிறிது குற்ற உணர்வு மனதில் எட்டிப் பார்த்தது. அப்பா குறித்து இவர்கள் கேட்பதில்லை. ஆனால் அம்மா சந்தோஷமாக இல்லை என்பதை இந்தச் சின்ன மனதில் குறித்து வைத்திருப்பது ஆச்சரியம். அவர்களின் அம்மா மீதான அன்பின் அடையாளம். நிர்விதா மகளையும் மகனையும் இறுக்கி அணைத்து முத்த மழை பொழிந்தாள்.

அவள் அம்மா இத்தனையும் கண்டு பெருமூச்சு விட்டபடி எழுந்தாள். நிர்விதா "இரும்மா இன்னைக்கு நான் மசாலா டீ போடறேன்'' எனக்கூறி பாடியபடி சமையலறைக்குச் சென்றாள்.

அம்மாவால் சந்தோஷப்பட முடியவில்லை. கதை நன்றாகத்தான் வந்திருக்கும். அதில் அவளுக்குச் சந்தேகம் இல்லை. ஆனால் கதையைப் படமாக்கப் பணம்? பணம் யார் போடுவது? படம் எப்ப ஜெயிப்பது? எப்ப புருஷனோட சேர்ந்து வாழறது? என எண்ணி வருந்தினாள்.

தேநீருக்குப் பிறகு அவள் இரண்டு நாளாகப் படிக்காத தினத்தந்தி நாளிதழைப் படித்தாள். அதில் பிரபல கதாநாயகனின் நூறாவது பட இசை வெளியீட்டு விழா அறிவிப்பு இருந்தது.

உடன் தொலைக்காட்சியை இயக்கினாள். ஒரு மணி நேரம் நிகழ்ச்சி முடிந்திருந்தது. இசை வெளியீட்டைப் பார்த்தாள். உடன் தன் பட இசை வெளியீட்டு விழாவை கற்பனை செய்து மகிழ்ந்தாள்.

ஆனால் தயாரிப்பாளர்? இசை அமைப்பாளர்? கேள்விகள் வரிசை கட்டி சிரித்தது. அதே சமயம் உதவி இயக்குநர் ரகு அழைத்தான். தயக்கத்துடன் நிர்விதா வீட்டு முகவரி கேட்டான். 'முக்கியமான விஷயம்' என்றான்.

ரகுவின், பெற்றவர்கள் திரைப்படத் துறையின் இருபத்தி நான்காவது பிரிவைச் சேர்ந்தவர்கள். ரகுவின் அப்பா பெருமாளின், கைப்பக்குவம் திரைத்துறையின் ஜாம்பவான்களாலும் பாராட்டப்பட்டது.

அடுத்த பத்தாவது நிமிடம் ரகு வந்தான்.

அவன் பழைய தயாரிப்பாளர்... அந்த நிகழ்வுகள் பற்றி எதுவும் பேசாது, நேரடியாக விஷயம் சொன்னான். நிர்விதாவிற்கு அது பிடித்திருந்தது.

அடுத்த நாள் தமிழ்நாட்டின் பிரபல கதாநாயகனின் வெளிப்புறப் படப்பிடிப்பில், 'உணவு உபசரிப்பு' பெருமாளுடையது.

அங்கே கதாநாயகனைச் சந்தித்து கதை சொல்ல, தன் அப்பா உதவி செய்வார் என்றான்.

நிர்விதாவிற்குத் தயக்கமாக இருந்தது. 'நம் கதையில் பதினாலு வயசுப் பெண்தான் முக்கிய ரோல்... இவர் எப்டி' நினைத்தாள்.

அவள் மனதைப் படித்தவனாக, ரகு "நம்ம கதையைச் சொல்லிப் பாக்கலாம்; பிடிச்சிருந்தா அவரே தயாரிப்பார். அதுக்குத்தான் கதை சொல்றோம். நேத்து மதியம் சாப்பிடும்போது அவரே பக்கத்தில காமெடியன் கிட்டச் சொன்னாராம், சின்ன பட்ஜெட்ல ஒரு படம் ப்ரொட்யூஸ் பண்ணலாம்! புதுசா வர்ற பசங்ககூட நல்லாப் பண்றாங்கனு... அதான்" என்று முடித்தான்.

நிர்விதாவும் உற்சாகமானாள். ரகு சந்தோஷமாக, 'அப்பாவைக்கூட 'என்ன பெருமாள் சொல்றேனு?' ஒபீனியன் கேட்டாராம் மேடம்..." அது ஒரு மிகப்பெரிய 'நம்பிக்கை ஒளி' என்பது போலப் பெருமிதமாக முடித்தான்.

மீண்டும் ஒரு விடியலின் நம்பிக்கை ஒளியில் நிர்விதா காலையில் ரகுவுடன் படப்பிடிப்புத் தளம் சென்றாள். காலை உணவின்போது "மொத்த யூனிட்டும் டென்ஷனா இருக்கு நெருங்கவே முடியலை. நீங்க பேசாம படப்பிடிப்பை பாருங்க! மதியம் எப்படியும் உங்களை அறிமுகப்படுத்தறேன் எனக் கெஞ்சுவதுபோல் தவித்தபடி... சொன்னார் ரகுவின் அப்பா.

ரகுவும் "எப்படியும் மதியம் கதை சொல்லிடலாம் மேடம்" என்று சமாதானம் செய்வது போலச் சொன்னான். மதியம் இரண்டு மணிக்கு ஒரு காட்சி (சீன்) எடுத்து முடித்து, மதிய உணவுக்கு வந்தார் கதாநாயகன். இயக்குநர், ஒளிப்பதிவாளர்,

இன்னும் இரண்டு நண்பர்கள். இவர்களுக்கு மட்டும் மேஜை நாற்காலி போடப்பட்டிருந்தது. அவர்களுக்கு ரகுவின் அப்பாவே பரிமாறினார்.

சாப்பிட்டு அங்கேயே கையும் கழுவி... "ம் பெருமாள் கையால சாப்டது திருப்தியா இருக்கு" என்றார். பெருமாள் உடனே அவர் அருகில் சென்று ஏதோ கெஞ்சிக் கேட்பதை நிர்விதாவால் கவனிக்க முடிந்தது.

அவர் உடன் "ஓ லேடி டைரக்டரா" எனத் திரும்பிப் பார்த்து, ஒரு பத்து நிமிஷம் ரெஸ்ட்... பிறகு என் ரூமுக்கு கூட்டி வாங்க" என்றதும் இவர்கள் காதில் கேட்டது.

ரகு மகிழ்ச்சியுடன் அப்பாவிற்கு கட்டை விரலை உயர்த்திக் காட்டினான். நிர்விதாவும் மனதுக்குள் கதையை மீண்டும் ஒருமுறை சொல்லிப் பார்த்துக் கொண்டாள். அரை மணி நேரம் கழித்து பெருமாள் ஓடி வந்தார்.

"வாங்க! ஸார் அவரே கூப்டு ஏண்டா பாவம் அந்தப் பொண்ணு காலையில இருந்து நிக்குதே! வரச்சொல்லுனாரு!" பெருமிதமாகச் சொன்னார்.

"பெருமாள்! நான் கதை கேட்கப் போறேன். ஒரு அரை அவர் யாரும் என்னை டிஸ்டர்ப் பண்ணக் கூடாது, பாத்துக்கங்க" என்று அக்கறையாகச் சொன்னார்.

நிர்விதா தெளிவாகக் கதை சொல்ல ஆரம்பித்தாள்.

"நிர்விதா ஒன் லைன் போதும்... மெஸேஜ் இருந்தா சொல்லுங்க... லேடீஸ் பண்ணா கண்டிப்பா மெஸேஜ் இருக்கும்" என்று கண்ணடித்துச் சிரித்தார்.

ரகு ரஸித்து அளவுக்கு அதிகமாகவே சிரிப்பு வந்தது போல் காட்டிக் கொண்டான். நிர்விதாவும் வேறு வழியின்றிச் சிரித்தாள்.

பின் கதையைச் சொல்லி விட்டு... "இன்னைக்கு அம்மாக்கள் ரொம்ப மாறிட்டாங்க. பெத்த குழந்தைகளை நிறையப் படிக்கணும்னு கட்டாயப்படுத்தறாங்க... ஆனா நிறைய சந்தேகப்படவும் செய்யறாங்க... சரியான கோணத்தில் புரிஞ்சுக்கணும்கறது என் ஆசை" என்று நிறுத்தினாள். ரகு

அவசரமாக புகைப்படம் எடுக்க, அவரும் புன்னகை செய்தார்.

அவரே நிர்விதா, ரகு தோளில் கை போட்டுதானே 'செல்பி' எடுத்துக் கொடுத்தார்.

அவர் ரஸித்து தலையாட்டினார். பின் கதையைப் பற்றிப் பேசினார்.

"இன்னைக்கு அம்மாக்களும் வேலைக்குப் போறதனால பிள்ளைங்க அதிக நேரம் தனிமைலதான் இருக்காங்க... பெத்தவங்க படிப்புக்கு நிறைய செலவு பண்றாங்க... ஆனா அவங்க மனசப் புரிஞ்சுக்க முயற்சிகூட பண்றதில்லை... அதான் பிள்ளைங்க... வீடியோ கேம் விளையாடி பொழுதைக் கழிக்கறாங்க..."

"நம்ம தோட்டக்காரர் பிள்ளைக்கு ஒரு 'டேப்லட்' வாங்கணும்னாரு... பத்து வயசுல ஏன்ய்யா...?"னு கேட்டா... "வெளியே போயி விளையாடறது பாதுகாப்பா இல்லைங்க... இதுனா வீட்ல உக்காந்தே விளையாடும்ல அப்படீனாரு... அது வெளியே போயி கெட்டுப் போகாம வீட்லயே கெட்டுப் போகும்...

பாருங்க இந்த 'நீலத்திமிங்கலம்' விளையாட்டு எத்தனை உயிரைப் பறிக்குது...

ரகு ஒரு நொடி புரியாமல் பார்த்தான். அவர், அதான் 'ப்ளுவேல்' என்று கூறிச் சிரித்தார்.

"பாருங்க... தமிழனுக்கு, தமிழை இங்கிலீஷ்ல சொல்லிப் புரிய வைக்க வேண்டியதா இருக்கு!" என்றபடி எழுந்துவிட்டார். இவர்களும் தயக்கத்துடன் எழுந்தனர். "நிர்விதா நல்லாப் பண்ணுங்க வாழ்த்துக்கள்! படம் கண்டிப்பா விருதுகளைக் குவிக்கும்" என்று விடை கொடுத்தார்.

படம் வியாபார ரீதியானது இல்லை' என்று சொல்கிறார் என்பது 'நிர்விதாவிற்குப் புரிந்தது'. அவர் இந்தப் படத்தை தயாரிக்க மாட்டார் என்பது மூவருக்குமே புரிந்தது. ஆனால் ரகுவின் அப்பா, "வீட்ல போயி யோசனை பண்ணி ரெண்டு நாள் பொறுத்து கூப்டாலும் கூப்பிடுவார்" என்றார். அது அவரின் ஆசை. மகன் உதவி இயக்குனர் என்பதே அவருக்குப்

பெருமையாக இருந்தது. இந்தப் படம் வெற்றி அடைந்து மகன் இயக்குநர் ஆகவேண்டும் என்பது அவரின் கனவு. ரகு, “மேடம் இவர் இந்தப் படத்தை தயாரிக்காட்டாலும், இவரோட நாம எடுத்த போட்டோ உதவும். நான் நீங்க கதை சொன்னத சமூக ஊடகம் (Social Media) அனைத்திலும் பதிவு செய்யறேன்! அது வர்க் அவுட் ஆகும்” என்றான் நம்பிக்கையுடன்.

நிர்விதாவிற்கு ஒரு புகைப்படம் என்ன செய்யும்? என்றுதான் தோன்றியது. ஆனாலும் கதையை அவர் ரசித்துப் பாராட்டியது மனதுக்கு நிறைவாக இருந்தது.

ரகு தன் கதை மீது வைத்த நம்பிக்கை அவன் செய்த முயற்சி நம்பிக்கையாக இருந்தது.

அடுத்த நாள் சரவணன் வந்தான்.

பிரபல வில்லன் நடிகரிடம் கதை சொல்ல அழைத்தான். “அப்பாவுக்கு ரொம்ப நாள் பழக்கமாம், அவர் முதல்ல நடிக்க வந்தப்ப, அப்பா ‘லைட் மேன்’கறது கூடத் தெரியாம... அப்பாட்ட சான்ஸ் கேட்டாராம்...!”

“மேடம்! அப்பா உடனே டைரக்டர்கிட்ட கொண்டு விட்டாராம். அவர் வரும்போதே ‘சல்மான்கான் ப்ரேஸ்லெட்’ எட்டு விரல்லயும் மோதிரம், கழுத்துல தடிமனான சங்கிலினு... இருந்தாராம்...

அந்தப் பட டைரக்டருக்கும் அதில் நடித்துக் கொண்டிருந்த வில்லன் நடிகருக்கும், மொத நாள்தான் சண்டையாம்.... இவரப் பாத்ததும் ஓ.கே. பண்ணீட்டாராம். உடனே மேக்-அப் டெஸ்ட் எடுக்கச் சொன்னாராம். உடனே செலக்ட் ஆயிட்டாராம். எப்ப அப்பாவைப் பாத்தாலும், அந்த நாள் ஞாபகத்தைப் பேசுவாராம்.

முதல்ல முருகனைப் பாத்து சான்ஸ் கேட்டேன், திருச்செந்தூர் முருகனே வந்து அருள் வாக்கு கொடுத்துட்டாரு! இன்னைய வரைக்கும் ‘வில்லனா’ பிஸியா இருக்கேன்னு பாராட்டிப் பேசுவாராம் மேடம்!”

“இன்னைக்கு அவரு செங்கல்பட்டுல ‘தொடர்பு எல்லைக்கு அப்பால்’ பட ஷூட்டிங்கு வருவாராம்... அப்பா பேசறேன்னாரு.

வாங்க மேடம் கதை சொல்லிப் பாக்கலாம்" என மூச்சுவிடாமல் ஆர்வத்துடன் பேசி நிறுத்தினான்.

காலை ஒன்பது மணிக்கே சென்றனர். இவரையும் மதிய உணவிற்குப் பிறகுதான் பார்க்க முடிந்தது.

நிர்விதா கதை சொல்ல முற்பட்டபோது... "கதை இருக்கட்டும்! முதல்ல ஹீரோவை செலக்ட் பண்ணுங்க! அட்வான்ஸ் கொடுக்கலாம்... பொறவு ஆபீஸ் போட்டு கதை பண்ணலாம்... இல்லையா நம்ம பையனை ஹீரோவாப் போட்டுக்கலாம் நீங்களும் புதுசு... அவனும் புதுசு என் பையனுக்காக ரிஸ்க் எடுக்கறேன்! டூஸி (இரண்டு கோடி) பெரிய பட்ஜெட் இல்லை! என் பையனுக்காக செய்தா... என்ன முருகா...?'' எனக் கேட்க சரவணன் அப்பா "ஆமாங்க ஆமாங்க... கவலையே வேண்டாம்! தம்பி பர்ஸனாலிடிக்கு படம் ஓகோன்னு ஓடும்!" என ஒத்து ஊதினார்.

நிர்விதா குழப்பத்துடன் சிந்திப்பதைப் பார்த்தவர்,

"சரி கதையும் நானே ரெடி பண்றேன்... தேசத்துரோகம் பண்ற ஒரு வில்லன்... அதை முறியடிக்கற ஒரு ஹீரோ... மியூஸிக் தூக்கலா... போட்டு... நாலு சாங்! படம் முழுக்க துப்பாக்கிச் சப்தம்... கடைசில சோலோ பைட்... என்ன முருகா கதை எப்படி..." அவர் கேட்டவுடன்...

"ஸார் டிபரண்ட் சப்ஜெக்ட் ஸார்!" என ஆனந்தக் கண்ணீர் விட்டார் முருகன்.

கதை கேட்டு வந்த சிரிப்பை கஷ்டப்பட்டு அடக்கி நிர்விதாவும் சரவணனும், ஒருவரை ஒருவர் பார்த்து கண்ணால் மட்டும் சிரித்துக் கொண்டனர். ஆனால் 'டிபரண்ட் சப்ஜெக்ட்' என்ற வார்த்தை அவர்களை பயங்கரமாக 'சுயகட்டுப்பாட்டை' மீறி சிரிக்க வைத்து விட்டது.

"என்ன முருகா... என்ன இது நா என்ன காமெடியா பண்றேன்?'' எனக் கேட்டு ஒரு நாற்காலியைத் தூக்கி வீசி கோபத்துடன் மின்னலாக மறைந்தார் வில்லன் நடிகர்.

முருகன், மகன் சரவணனைப் பார்த்து கோபமாகக் கத்தினார். "அவர் ரேன்ஜ் என்ன... உங்க ரேன்ஜ் என்ன? என்ன

சிரிப்பு வேண்டிக் கெடக்கு? ஏதோ எனக்காக இத்தனை வருடப் பழக்கத்துக்காக... கதை கேட்க... உங்களுக்கு நேரம் ஒதுக்கிக் கொடுத்தா...?

என் மானத்தை வாங்கிட்டியேடா... நிர்விதா தவறை உணர்ந்து மன்னிப்புக் கேட்டாள்.

ஆனால் சரவணன், "கதையாப்பா அது... அவர் கதை சொன்னதுகூட பரவால்ல... நீ அடிச்ச பாரு கமெண்ட் சிரிக்காம... உங்களை மாதிரி ஆட்களாலதான் தமிழ் இண்டஸ்ரில உருப்படாத படங்களும் வருது!" எனக்கூறி மீண்டும் சிரித்தான். நிர்விதா "வேண்டாம் சரவணா" எனக் கண்டித்தாள். ஆனால் சரவணன் அப்பா கோபமாக "எம்மா எடத்தக் காலி பண்ணு. போயிட்டு வா! பொழைக்கத் தெரியாத ஜென்மம். என் பொழப்புலயும் கல்லப் போட்டுட்டீங்களே!" என்று கத்தினார்.

சரவணன் பதில் சொல்ல முயன்றபோது...

"பேசாத... பேசாத நீ! அவரு சினிமா இண்டஸ்ட்ரீல எத்தனை வருசமா இருக்காரு! நீ இன்னும் 'எண்ட்ரீ' கூட ஆகலை. அவரப் பார்த்து கிண்டலாச் சிரிச்சியே... நீ எப்படி முன்னுக்கு வருவ? எப்படி டைரக்டர் ஆவே?" அழுகையுடன் முடித்தார்.

சரவணன் எதுவும் பேசாது வெளியேறினான்.

இருவரும் வெளியே வந்ததும், நிர்விதா "நம்ம சிரிச்சது தப்புதான். பாவம் உன் அப்பா!" என்றாள்.

"அவருக்கு எப்பவும் நா டைரக்டர் ஆகணும்னு கனவு... அது கலைஞ்சிடுச்சுனு வருத்தம்... இவர் ஏன் கனவு காணனும்... நா என்னவோ ஆகறேன்" எனக் கோபமாகச் சொன்னான்.

"அது மனித இயல்பு சரவணன்! எங்க பக்கத்து வீட்ல ஆஸ்பத்திரில வேலை பாக்கற ஒரு நர்ஸ் இருக்காங்க... அவங்களுக்கு பொண்ணு 'டாக்டர்' ஆகணும்கறது கனவு... அடுத்த நிலைக்கு உயரணும்! அந்த எண்ணம் தவறில்லை சரவணா!" நிர்விதா.

"அதை நானும் மதிக்கறேன் மேடம். அதுக்காக... இப்படியா... இந்த சினிமா 'டிபரண்ட் சப்ஜெக்ட்'னு ஒவ்வொரு பட

ரிலீஸிலும் சொல்லும்போது... எனக்கு...'' என சரவணன் மீண்டும் சிரிக்க ஆரம்பித்தான். நிர்விதாவும் அடக்க முடியாது நடு ரோட்டில் நின்று சிரித்தாள்.

இருவரும் சிரிப்பதை பலர் பார்த்தனர். அதில் இரண்டு கண்கள் வன்மத்துடன் பார்த்து, கோபத்துடன் மனதில் குறித்துக் கொண்டது.

நிர்விதா கஷ்டப்பட்டு சிரிப்பை அடக்கினாள். சரவணனும் சட்டென்று நிறுத்தி... "இனி என்ன செய்வது" எனக் கேட்டான். இவள் மனம் அடிக்கடி எழுப்பும் வினா. ஓடி ஓடி கடைசியில் அந்தத் தெரு ஒரு முட்டுச்சந்து, என்றால், 'இனி என்ன?' என்ற கேள்வி பூதாகாரமாகத் தானே எழும்பும். வாழ்வின் அத்தனை கதவுகளும் அடைக்கப்பட்டால் என்னதான் செய்வது?

7

வீடு வந்து இரவு உணவுக்குப் பிறகு அம்மாகூட "என்னடீ ஆச்சு?'' எனக் கேட்டாள்.

கணவன் ராம் கேவலமாகத் திட்டிச் சென்றபிறகு அம்மாவிடம் ஒரு சிறிய மாற்றம் புலப்பட்டது. "அம்மா கதை சொன்னியா சக்ஸஸ்தானே?'' என ஆர்வமாகக் கேட்டாள். மகள் வர்ஷினி.

"அம்மா உன் படம் டீவில வரும்ல? நான் பாப்பேன்!'' என்றான் மகன். இவர்களுக்கு என்ன பதில் சொல்வது? "இத்தனை இக்கட்டான சூழ்நிலையில் இருக்கும் நீ அப்படிச் சிரிக்கலாமா?'' என அவள் மனம் அவளைக் குற்றம் சாட்டியது.

சரவணனும் கைபேசியில் அழைத்து, "அப்பா வீட்டுக்கு வந்தும் அழுதார்... நீயும் 'லைட்மேன்'தான் என்றார்'' என வருத்தமாகக் கூறினான்.

சிறிய இடைவெளி விட்டு ''இப்பக்கூட மன்னிப்புக் கேட்டுட்டு... அவர் மகனுக்காக ஒரு கதை பண்ணினா

அவர் மூணு கோடி வரைக்கூட இறக்கத்தயாராம். பேசாம பண்ணிடலாம் மேடம்...! ரெண்டு நாள் டைம் எடுத்துக்கங்க! முடிவு பண்ணுங்கனு, அப்பா சொல்றார் மேடம்!'' எனக் கெஞ்சினான்.

நிர்விதா தீர்மானமாக மறுத்தாள். ''முதல் படமே கதையே இல்லாமல் பண்ணா... கண்டிப்பா காணாமப் போயிடுவோம்.''

அவளுக்கு அப்பா, சொன்னது நினைவு வந்தது... 'மற்றவர்களுக்காக நாம் நம்மை மாற்றிக் கொண்டால், நம் சுயம் இழந்து, வாழ்க்கையில் தோல்விதான் ஏற்படும்.

சரவணனும் இதை ஒப்புக் கொண்டான்!

சரவணன் கெஞ்சியது அவள் காதில் படுத்த பிறகும் கேட்டது. உறக்கம் வரவில்லை. 'இந்தக் கதை எப்படி புதிய சப்ஜெக்ட்?' என எண்ணியபோது இப்போதும் அடக்க முடியாது சிரிப்பு வர சிரித்து விட்டாள். அவள் கைபேசி அடிக்க எடுத்தாள். புதிய எண்! அந்த வில்லன் நடிகரோ? ஆனால் கைபேசியில் வந்தது அவள் வாழ்வின் வில்லன்.

''என்னடீ சிரிப்பு?''

நிர்விதா அதிர்ச்சியில் சுற்றிப் பார்த்தாள். 'வில்லன் அருகில் வந்து விட்டானா?' அவள் மனம் பதறியது நொடிப் பொழுது. அவன் தொடர்ந்தான்.

''என்னடீ... பதிலக் காணும்? நடு ரோட்ல நின்னு கள்ளக் காதலனோட அப்படி ஒரு சிரிப்பு? இவன் இருக்கற தைரியத்தில் தான் என்னை விரட்டி அடிச்சியா?'' அசிங்கமாகப் பேசினான். நிர்விதா தொடர்பைத் துண்டித்தாள். ஆனால் அவள் காதில் அவன் பேசியது கேட்டுக் கொண்டே இருந்தது. அதைத் துண்டிக்க முடியவில்லை.

மனம் கதறியது. சே! என்ன செய்து விட்டேன்..! வில்லன் நடிகன் முன்பு சிரித்தது தவறு என்றால், ரோட்டில் நின்று சிரித்தது மாபெரும் தவறு என்றது அவள் மனம்.

ஆனால் இவனுக்கு இத்தனைக் கேவலமாக தரம் இறங்கிப் பேசத் தெரியுமா? ஏழு வருடங்கள் நல்லவனாக நடித்திருக்கிறான்...

பாவி! என மனம் திட்டியது. கொந்தளித்தது!

இல்லை அவன் நடிக்கவில்லை... என் சினிமா ஆசையால்தான் அவனுக்குள் இருந்த 'சாத்தான்' மனம் வெளியே வந்துவிட்டது. இல்லை என்றால் கடைசிக் காலம் வரை அவன் நல்லவனாகவே இருந்திருப்பான். ஏன் இந்த இயக்குநர் ஆசை? ஏன் இந்த 'தனி மனுஷி' என்ற எண்ணம். பேசாமல் கடைசி வரை கணவனின் நிழலாக நிம்மதியாக வாழ்ந்து மடிந்து... முடிந்திருக்கலாமோ? என்றுகூட அவளின் ஒரு மனம் எண்ணியது.

அவளின் இரண்டாவது மனம் பதறியது... 'சீ! இலட்சியம் இல்லாமல் ஒரு வாழ்வா?' எனக் காறித் துப்பியது.

கைபேசியில் குறுஞ்செய்தி வர... எடுத்துப் பார்த்தாள். அவள் கணவன்தான். 'என்னடீ நா கட்ன புருஷன் பேசீட்டிருக்க கட் பண்ற... நீ படம் பண்ணி டைரக்டர் ஆயிட்டியா... சினிமால ஒரு நாளும் பொம்பள... பெரியாள் ஆக முடியாது...' என ஆரம்பித்து மிகக் கேவலமாக சாபம் கொடுத்திருந்தான்.

சிறிது நேரம் சப்தம் இல்லாது அழுதாள் நிர்விதா. பின் எதற்காக அழவேண்டும்? என இரண்டாவது மனம் கேட்டது.

சற்றுமுன், சினிமா ஆசை இல்லாது அவனுடன் கடைசி வரை வாழ்திருக்கலாமோ? என்று எண்ணிய பலவீனமான மனதை எண்ணித் தன்னையே வெறுத்தாள்.

'சீ... அதுக்கு செத்துத் தொலையலாம்' என்று எண்ணினாள்.

மீண்டும் திடுக்கிட்டாள். கணவன் என்ற கயவன் அனுப்பிய ஒரு குறுஞ்செய்தி... என்னை இத்தனை தூரம் பாதிக்கக் காரணம்... அம்மா! புருஷன் இல்லாம வாழ முடியாது என்று அடிக்கடி கூறுவதுதான். வேண்டாம் இனி இவன் என்ன செய்தாலும் என்ன பேசினாலும் என் மனதில் எந்தப் பாதிப்பும் வரக்கூடாது.

பாதிக்கப்பட்ட மனம் தான் மரணம் பற்றி எண்ணும்... கண்டிப்பா நான் வாழணும்... அப்பா ஆசைப்படி இயக்குநர் ஆகணும்! என உறுதி கொண்டாள். 'அப்பா! நான் இயக்குநர்தான்' என்றாள். மீண்டும் குறுஞ்செய்தி வந்தது. படித்தே பார்க்காமல் அதை அழித்தாள்.

மனம் நிம்மதியானது. ஆனால் அவளின் ஆழ்மனது குழப்பத்தில் இருந்து விடுபடவில்லை.

அப்பாவின் தீனமான அழுகைக் குரல் கேட்டது.

''கண்ணம்மா! கண்ணம்மா உன்னாலதான் எனக்கு விடுதலைனு நெனச்சனே...? நிறைவேறாத ஆசைகளுடன்... ஏக்கத்துடன் மரணித்ததால் இந்தச் சிறையில் இருக்கேன்! மீண்டும் ஜனனம் எடுக்காது, காத்து இருக்கேன்! நீ திரைப்படம் இயக்கி வெற்றி பெற்று உலகப் புகழ் அடைவதைப் பார்க்கணும்னு இந்தச் சிறையில் இருக்கேன்! ஆனா நீ இப்படிப் பண்ணீட்டியே? இனி என் கதி என்ன?" அப்பா அழுதார்.

அப்பா அழுது இதுவரை நிர்விதா கேட்டதில்லை. பார்த்ததில்லை. நிர்விதாவும் அழுதாள். அப்பா கண்ணீரைத் துடைக்க எண்ணிப் பார்த்தாள்.

அங்கே சிறைச்சாலை இல்லை, ஒரு சிறிய கூண்டுதான் இருந்தது. அப்பாவா... இதிலா... எப்படி? எப்படி? கூண்டின் அருகில் செல்ல நடக்க முயற்சித்தாள், கால் இல்லை. அழுத கண்ணீரைத் துடைக்க கையைத் தேடினாள். கை இல்லை. எதுவுமே இல்லை. உணர்ந்த போது... மனதில் பூகம்பங்கள் வெடித்தது.

அம்மாவை அழைக்க கீழே பார்த்தாள். கீழே... கீழே... என்ன இது??

நிர்விதா அங்கே கிடத்தப்பட்டிருந்தாள். அம்மா அழுது கொண்டிருந்தாள். அவளின் மகன் "அம்மா எந்திரி அம்மா... பசிக்குது" என உலுக்கினான்.

அப்பா "ஏம்மா நீ இப்படிப் பண்ணே! தற்கொலை பாவம்னு எத்தனை முறை உனக்குச் சொல்லி வளர்த்தேன்!" கேட்டு மீண்டும் அழுதார்.

அவ்வளவுதானா... நானா... நானா தற்கொலை செய்தேன்? எதையும் சாதிக்காமல், என் பிள்ளைகளை வளர்க்காமல், ஒரு கோழையாக ஒரு குப்பையாக ஒரு அற்பப் புழுகூட தற்கொலை செய்து கொள்ளாதே. மனிதன் மட்டும் ஏன்... ஏன்?' என்று கேட்ட.... மற்றவர்களைக் கேட்ட.... நானா தற்கொலை

செய்தேன்?

அப்பா "கண்ணம்மா அழாதே கண்ணம்மா அழாதே" என்று அவர் அழுதார். அப்பாவின் கண்ணீரைக் கூட துடைக்க முடியாத பாவி... அரூபியாகிட்டேனே... பெரிதாக அழுதாள்.

எனக்குக் கை வேண்டும் கால் வேண்டும் கண் வேண்டும்... எல்லாம் வேண்டும் பெரிதாக அழுதாள்.

அம்மா அடித்து எழுப்பி "என்னம்மா நீ... உன்னோட தொல்லையாப் போச்சுடீ" என ஆரம்பித்தவள் நிர்விதாவின் விகாரமான முகம் கோணி விரைத்த உடல் கண்டு, பயந்தாள்.

பக்கத்தில் இருந்த தண்ணீர் பாட்டிலை எடுத்து, நிர்விதா முகத்தை துடைத்தாள். தன் புடவை முந்தானையால் தலையைத் துவட்டி.... நெஞ்சோடு அணைத்து "நிர்விதா... நீ முழிச்சுக்கோ!" என்று கெஞ்சினாள்.

நிர்விதா சுய நினைவுக்கு வந்தாள் ''கை, கால், கண் எல்லாம்... எல்லாமே இருக்கு! எல்லாமே இருக்கு!" அம்மா இருக்கா! நான் இருக்கேன் உயிரோட...." என்றாள்.

அம்மா நிர்விதா கண்ட கனவைக் கேட்டு அழுதாள்.

"அந்த மனுஷனுக்கு சினிமா மேல இத்தனை ஆசைனு எனக்குத் தெரியாமப் போச்சேடீ" என அழுதாள்.

''நாங்க மூணு பொண்ணுங்க பிறந்ததும் நீ அப்பா வாழ்க்கையையும் அழிச்சு உன் வாழ்க்கையையும் நிம்மதி இல்லாம ஆக்கிட்டே.... இங்க பாதி பேர் பொண்ணுங்க பிறந்தாலே அப்படிதான் ஆயிடறாங்க... அப்பா பாவம்!" என நிர்விதாவும் சப்தம் இல்லாது அழுதாள்.

நான் என்னடீ செய்வேன்? நீ பொறந்தப்போ, நம்ம குடும்பத்துக்கே முதப்பொண்ணுனு கொண்டாடினாங்க... உன் அத்தைகள்... உன் பெரியப்பா... எல்லாருக்கும் ஆம்பிளப் பிள்ளைகள்தான்! எனக்குப் பெருமையா இருந்துச்சு! ஆனா மூணாவதா பொண்ணு பிறந்தப்ப வந்தவங்க எல்லாருமே, "மூணாவதும் பொண்ணா? கடவுள் ஏன் சோதிக்கறாரு."

"மூணு பொண்ணையும் எப்படிக் கரை ஏத்தப் போறே?"

மூணு பொண்ணுக்கும் நகை செஞ்சு கல்யாணம் பண்ணி... பாவம்டீ நீ! இப்படிப் பலவிதமாப் பேசினாங்க. எனக்கு பிறகு அதே ஞாபகமாப் போச்சு.

ஆனா உன் அப்பா எவ்வளவோ சொல்லிப் பாத்தாரு பாவம். ''காலைல எழுந்ததும் 'மூணு பொண்ணு' பத்தி நினைக்காதே சாரதா! வானத்தைப் பாரு! சூரியனையும் சந்திரனையும் மலைகளையும், கடலையும், நதிகளையும் படைத்த ஆண்டவனுக்கு தான் படைத்த பெண்களுக்கு வாழ வழிகாட்டத் தெரியாதா? அவன் பாத்துப்பான்... நீ கவலைப்படாதேம் பாரு! நான்தாம்மா கோபமாவே இருப்பேன்" என மீண்டும் அழுதாள்.

"நீ எட்டாவது படிக்கும்போது உன் பெரிய அத்தை வந்து... நீருவை இந்த வருஷத்தோட நிறுத்திடு! சந்திரனும் இனிபடிக்கலை! நான் ஏதாவது பிஸினஸ் பண்ணப்போறேங்கறான்... அவன் +2 தான் படிச்சிருக்கான். அதான் சொல்றேன். என் பையனுக்கு நீருவைக் கட்டிக்கிட்டா என் தம்பிக்கு கொஞ்சம் பாரம் குறையும்''னு சொன்னதும் எனக்கு ஓரே சந்தோஷம். சரி சரினு அவங்க சொன்னதுக்கெல்லாம் தலையாட்டினேன். ஆனா உன் அப்பா அஞ்சுமணிக்கு வந்ததும், தன் அக்கா சொன்னதைக் கேட்டு கோபப்படவில்லை. அப்பா நிதானமா... "என் பொண்ணை எட்டாவது படிச்சாப் போதும்னு சொல்ல எனக்கே உரிமை கிடையாது. நீ சொல்றது ரொம்பவும் தப்புன்னாரு!

என் பொண்ணுங்களை நான் அவங்க இஷ்டப்படி படிக்க வைக்கணும்! அவங்க இஷ்டப்படி வாழ விடணும்! அவங்க ஒண்ணும் 'பொம்மை' இல்லை அவங்க 'காமடிடி' இல்லை.

அவங்க தனி இண்டிவிஜுவல்! அவங்க வாழ்க்கையை அவங்க விருப்பப்படி வாழட்டும்!

நம்ம சந்திரனுக்கு கல்யாணம் செய்யும்போது நானே பொண்ணு பாக்கறேன்" பொறுமையாச் சொன்னாரு அப்பா. எனக்கு நல்லா ஞாபகம் இருக்கு. ஆனா உன் அத்தை கோபமா கத்திட்டுப் போனாங்க... நானும் அவங்க பக்கம்தான்.

தம்பிக்கு உதவலாம்னு வந்தாங்க... கெடுத்துட்டீங்களேனு சண்டை போட்டேன்! ஆனா கடைசி வரைக்கும் உன் அப்பா பேசற கோணம் எனக்குப் புரியலைடீ! அவர் நாடகமும்

எனக்குப் புரியலை... ஆனா நெனச்சுப் பாத்தா அவர் மாதிரி அன்பான புருஷன் அன்பான மனுஷன் ஒரு வரம்னு இப்பப் புரியுது'' என்று அம்மா வருத்தத்துடன் அழுத கண்ணைத் துடைத்துக் கொண்டாள்.

“இப்ப புரிஞ்சு என்னம்மா பண்றது... அப்பா ஏக்கத்தோடயே வாழ்ந்தாரே...'' கனவின் தாக்கத்தால் நிர்விதா உடல் நடுங்கியது.

அதே கனவைக் கேட்ட பாதிப்பால் அம்மா சொன்னாள், ஒரு படம் என்ன நீ பத்துப்படம்... வெற்றிப்படம் கொடு! இந்த உலகமே உன்னைப் பாராட்டணும்! அதுவரை உன் பிள்ளைங்க கவலைகூட உனக்கு வேண்டாம்!

நான் பாத்துக்கறேன்! வருஷத்துக்கு ரெண்டு படம் பண்ணு... இன்னும் அஞ்சு வருஷம்... நான் கண்டிப்பா உசிரோட இருப்பேன்.

நிர்விதாவுக்கு கனவின் தாக்கம் வில்லன் நடிகர் சிரித்த வினையால் வந்த பாதிப்பு... தொடர் தோல்வியால் ஏற்பட்ட மனச்சோர்வு அனைத்தும் பறந்து போனது. புது உற்சாகம் பிறந்தது. புது ரத்தம் உடல் முழுவதும் ஊற்றாகப் பாய்ந்தது.

அம்மாவா? அம்மாவா சொன்னாள்? நம்ப முடியாமல் அம்மாவைப் பார்த்தாள்

“என்னடீ பாக்கறே?”

“அம்மா நீயா சொன்ன? இல்லை இதுவும் கனவானு பாத்தேன்!”

“நானேதான்! உன் அப்பாவை நான் புரிஞ்சுக்கலை! உன்னை உன் புருஷன் புரிஞ்சுக்கலை! இப்பதான் வலி புரியுது.”

“அம்...மா...!”

“ராத்திரி படுத்ததும் உன் புருஷன்தானே பேசினான்?”

“அம்மா...!”

“எனக்கு மத்தியானமே பண்ணீட்டான்! எல்லாம் சொல்லி சாபமும் கொடுத்தான். அப்பதான் எனக்கு உன் அப்பா

அருமை தெரிஞ்சுது! இவன் கண் முன்னால சினிமால நீ ஜெயிக்கணும்!"

இனி எல்லாம் வெற்றிதான்! அம்மாவின் ஆசி கிடைத்துவிட்டது! அவள் மனம் நிறைந்தது.

8

மறுநாள், அவளைப் பார்க்க மறுத்த, அவளை உதாசீனம் செய்த தொலைக்காட்சித் தொடரின் முதன்மை எழுத்தாளர் மீட்டர் குமார் அழைத்தார்.

நிர்விதாவிற்கு அந்தநாள் ஞாபகம் வந்தது. முதன் முதலாக அபு அவளை அறிமுகப்படுத்தியதும், இரண்டு நாள் சென்று, ஒரு காகிதம் எடுத்து

1. பணமும் புகழும்
2. புகழ் மட்டும்
3. பணம் மட்டும்

என்று எழுதிக் காட்டினார்.

நிர்விதா புரியாமல் விழித்தபோது... சிரித்தார். பிறகு "பாரும்மா நான் நல்லவன் கிடையாது. ஆனா இதுவரைக்கும் விருப்பமில்லாத பொண்ணைத் தொட்டதும் கிடையாது.

உனக்கு முதலாவதுனா என்னோட சிங்கப்பூர் பத்து நாள் வரணும்... ரெண்டாவதுனா என்னோட மும்பை வரணும்... மூணாவதுனா எழுது. கொடுக்கற காசை வாங்கிக்கோ என்று மீண்டும் சிரித்தார். நிர்விதா பதில் பேசாமல் வீடு வந்தாள். மூன்று நாள் கழித்து அவரே அழைத்தார்.

இன்றும்தானே அழைக்கிறார். அழைப்பை ஏற்றாள்.

"எம்மா எனக்கு ஒரு உதவி பண்ணும்மா! ஆறாவது எபிசோட்

ஷூட் பண்ணும்போதே, ஒன்லைனைக் கையில வச்சுக்கிட்டு, எண்பத்தி ஆறாவது எபிசோட்ல இதே லொகேஷன்...இதே ஆர்ட்டிஸ்ட்தான் அந்த சீனையும் ஷூட் பண்ணிடலாம்! கொடுனு என் தாலிய அறுக்கராம்மா இந்த டைரக்டரு...' அழாக்குறையாகச் சொன்னார்.

“ஆமா ஸார் எண்பத்தியாறாவது எபிசோட்ல அவங்க பிரிஞ்ச அதே நட்சத்திர ஓட்டலில் அம்மாவும் மூன்றாவது பெண்ணும் சந்திக்கறாங்க...” என்றாள் நிர்விதா.

‘‘அதேதாம்மா கொஞ்சம் எபெக்டிவ்வா டயலாக் சொல்லும்மா” கெஞ்சினார்.

‘‘ஸார் சொல்றேன்! ரமேஷை எழுதச் சொல்லுங்க... அவன்தான் வேகமா எழுதுவான்” என்றாள்.

நிர்விதா வசனங்களைச் சொல்லி முடித்ததும் நன்றி சொன்னார். பின், “நீரும்மா நீ புதன்கிழமை வந்தியாமில்ல... ..... என்கிட்ட வரவேண்டியதுதானே? இந்த ரமேஷ் பய வேற ‘பார்ட்டிக்கு’ நான் சொன்னதை உன்கிட்டச் சொல்லீட்டான். நீ நாளைக்கு வாம்மா! நா ப்ரொட்யூசர் கொடுக்கறேன்! அபு பய சொன்னான்! உனக்கும் புரொட்யூசருக்கும் முட்டிக்கிச்சாம்ல? வாம்மா நீ. நம்ம பண்ணலாம்” என்றார்.

நிர்விதாவிற்கு சந்தோஷம் இது அவள் அறிவுக்குக் கிடைத்த வெற்றி.

நிர்விதா விவரம் சொல்ல, அம்மா அவள் தலையில் கைவைத்து ஆசீர்வாதம் செய்தாள். பிறகு கண்ணீருடன் “அப்பா கடைசியா அப்படியா சொன்னார்?” எனக் கேட்டாள். இதை பலமுறை கேட்டுவிட்டாள். அதனால் நிர்விதா தலையாட்டினாள்.

“அந்த மனுஷனுக்கு சினிமா மேலதான் இத்தனை ஆசைனு எனக்குத் தெரியாமப் போச்சேடீ? நீயாவது ஜெயிக்கணும்” என்றாள்.

அபு ஆறு நாட்களாக தொழிற்சாலைக்கும் தொழிலதிபரின் வீட்டுக்கும் அலைந்தான். ஆனால் அவர் அவனைக் கண்டுகொள்ளவில்லை. அவனும் மனம் தளரவில்லை.

ஆனால் இன்று அவரைக் கண்டிப்பாக அவர் வீட்டில் சந்திக்க வேண்டும் என முடிவெடுத்தான். உடன் வலைதளத்தில் நிர்விதா கதாநாயகனுடன் கதை சொன்ன புகைப்படம், முன்தினம் மீட்டர்குமாரை நிர்விதா சந்தித்தபோது திருட்டுத்தனமாக அவன் எடுத்த புகைப்படம், இரண்டையும் அவருக்கு அனுப்பினான். கூடவே உடன் சந்திக்க வேண்டும் என்ற குறிப்பும் அனுப்பினான். பதில் எதுவும் வராதபோதும், அவர் வீட்டை நோக்கிப் புறப்பட்டான்.

காவற்காரன் சற்று விலகியபோது உள்ளே சென்று வீட்டின் கதவையும் தட்டினான். மணியையும் அடித்தான். அவர் மனைவி திறந்து விவரம் கேட்டு, அவரிடம் சொன்னபோது... "கூட்டிக் கொடுக்கற நாய் வீடுவரை வருதா? கேட்டுக்கு வெளியே நிக்கச் சொல்லுடீ" என்று கத்தியது அபு காதில் விழுந்தது.

"நான் நாயா? தினம் ஒருத்தியோட படுக்கற நீ?!" என்று மனதில் திட்டியபடி வெளியே காத்திருந்து அவர் வெளியே வந்ததும் அவருடன் காரில் ஏறினான். அவர் "என்னடா... போட்டோ அனுப்புன... நீ அவள யாருக்கு வேணா கூட்டிக் கொடு! எனக்கென்ன?" கோபமாகக் கேட்க... அபு இளித்தான்.

"அண்ணாச்சி அது அவளா எடுத்த முயற்சி... அதை முறியடிக்கணும்... கதை நம்மகிட்டதான் இருக்கு..."

அவர் இடைமறித்தார் "முதல்ல கதை எப்படீனு பாக்கலாம் பெறவு பேசலாம்" எனக்கூறி காரை, திரைக்கதை எழுத தயார் செய்த அடையாறு அலுவலகம் நோக்கித் திருப்பினார்.

அபு கதையைப் படித்துக் காட்டினான். அவர் ரசித்துக் கேட்டார். தன்னையறியாமல் "செலவு செய்த காசு வீண் போகலை! வேற டைரக்டர் பாரு மீதிக் கதையை எழுத வை! ஷூட்டிங் போயிரலாம்... பூஜை போட்ரலாம்" என்று முனைப்பாகச் சொன்னார்.

ஆனால் அபு மனதில் சூறாவளி அடித்தது. அவனால் தோல்வியை ஒப்புக்கொள்ள முடியவில்லை. 'இவ பெரிய பத்தினித் தெய்வம் கண்ணகியா? இவளை விடக்கூடாது... நம் கை விட்டு அவள் போக கூடாது' எனக் கறுவினான்.

அபுவின் மௌனம் அவருக்கு எரிச்சலாக இருந்தது.

"என்னடா...?" கோபமாகக் கேட்டார்.

"சில சமயம் நான்கூட உண்மை பேச வேண்டியிருக்கு! ஒரு பதினாலு வயசுப் பெண்ணின் உணர்வுகள்... இதை வேற யாரும் எழுத முடியாது. எழுதினாலும் படம் ஓடாது..."

"என்னடா?! பெரிய புண்ணாக்குக் கதை! வேற கதை எழுதி எடுப்போம்!" என்றார். அபு அசரவில்லை!" பாஸ் இந்தப் படம்... நம்மதான் ஆரம்பிச்சோம் நிர்விதாவை வச்சே இதை முடிக்கலாம். இது கண்டிப்பா ஜெயிக்கும்!" என்றான்.

அவர் முறைத்தார்.

"ஸார் எல்லாத்துலயும் ஜெயிச்ச நீங்க சினிமாவிலயும் ஜெயிக்கனும்... நேற்று மீட்டர்குமார் ஆபீஸ் போயிருந்தேன்! அவர் அந்தக் காலத்துல எத்தனை சக்ஸஸ் கொடுத்தவரு! இப்பதான் சீரியலுக்கு வந்துட்டாரு! அங்க நிர்விதாவைப் பார்த்தேன்!"

இந்தக் கதையைப் படம் எடுக்க கூட்டு முயற்சி பண்ற மாதிரித் தெரியுது...

ஸார்! இது வித்தியாசமான கதை! தமிழ் சினிமா இதுவரை பார்க்காத சப்ஜெக்ட்டு. கண்டிப்பா இந்தக் கதை கமர்சியலா ஜெயிக்கும். அவார்டும் வாங்கும்!

இதை நிர்விதா எழுதினாதான் ஜெயிக்கும். பிறகு ஒரு இளிப்புடன் தொடர்ந்தான்.

"அண்ணே... அவ உங்களை அடிக்கலை... கத்தலை... வெளிலயும் யார்ட்டயும் சொல்லலை... விட்டுப் பிடிக்கலாம் அண்ணே..."

இந்தப் படம் முடியட்டும்... பத்திரிகைகள் பாராட்டும்! சேனல்கள் பாராட்டும், அரசாங்கம் கௌரவிக்கும்... புகழ்! 'நிர்விதா' இயக்குனர் நிர்விதா ஆகறா... மரியாதை... புகழ் இது கொடுக்கறபோதை, கஞ்சா, அபினை விட ரொம்ப அதிகம்... அந்தப் புகழ் போதையில என்ன செய்யறம்னே தெரியாது அண்ணே... அப்ப நம்ம வழிக்கு ஈஸியா வருவாண்ணே! இந்த சினிமா இண்டஸ்ட்ரீல எத்தனை பத்தினி தெய்வங்கள

நான் .... மிக அசிங்கமாக இளித்தான். அவரும் கற்பனையில் மிதந்தார். பத்து நொடியில சந்தேகத்துடன் “வருவாளாடா? நான் அவ்வளவு கேவலமாய் பேசிட்டேனே? எனக் கேட்டார்.

“வருவா அண்ணே... சினிமா மோகம் அப்படி... இது மாயமான்... இழுத்து வரும்!” என்று சிரித்தான். அவர் அரை மனதுடன் சம்மதித்தார்.

உடன் அபு, ரகுவை அழைத்தான் “ஏன் நீங்க எழுத வரலை? நானும் ஸாரும் சிங்கப்பூர் போயிட்டம். இப்பதான் வந்தோம்! வாட்ச்மேன் சொன்னான். நீங்க யாரும் எழுத வரலைனு! நிர்விதா மேடத்துக்குதான் போட்டேன், ‘தொடர்பு எல்லைக்கு அப்பால்’னு சொல்லுது...” என்றுதானே சிரித்துக் கொண்டான் அபு. பின் மிகவும் குழைவாக. “அதான் நம்ப தம்பி ரகு இருக்கே பொறுப்பான பையன் ஆச்சேனு, உன்னைக் கூப்டேன்! நாளைக்கு எல்லாரும் வந்திருங்க. ஸார் ‘ஸ்கிரிப்ட் வர்க்’ முடிஞ்சா உடனே ஷூட்டிங் போலாம்னுட்டாரு” என்று கடமை ஆற்றிய அபுவை பார்த்து தொழிலதிபரே அசந்து போனார். ‘இவனிடம் ஜாக்ரதையாக இருக்க வேண்டும்’ என மனதில் குறித்துக் கொண்டார்.

“ரகு சின்ன வயசுல இருந்து சினிமாவுலயே வளர்ந்தவன்... அதான், அவன்ட்ட பொறுப்பை விட்டுட்டேன்!” என்று வெற்றிப்புன்னகை பூத்தான் அபு.

‘‘இப்பவே அவனுக்கு 20 வயசுக்கிட்டதான் இருக்கும்போல...”

“இல்லண்ணே அவன் அப்பாவும் அம்மாவும் சினிமால ‘உணவு உபசரிப்பு’ பிரிவுல வேலை செய்றாங்க! இந்தப் பய சின்ன வயசுல இருந்து சினிமாக்காரங்களப் பார்த்து வளர்ந்தவன்... சினிமா நெளிவு சுளிவு தெரியும். நாளைக்கு கண்டிப்பா உங்க கிளியோட வந்திடுவான்!” எனக் கண்சிமிட்டிச் சிரித்தான். அவரும் சிரித்தார்.

ரகுவால் முதலில் நம்பமுடியவில்லை. எல்லாம் முடிந்துவிட்டது, என எண்ணியது மீண்டும் துளிர்க்கிறது. சந்தோஷப்பட்டான். ஆனால் சற்று சிந்தித்தபோது அவனுக்கு ஒன்று புலப்பட்டது. அபு ஒரு குள்ளநரி. அவன் இலக்கைப்

பறிக்க எவ்வளவு தூரம் வேணாலும் போவான் என்பதே. நிர்விதாவை மீண்டும் அங்கு அழைப்பது சரியா? வருத்தமாக இருந்தது. ஆனால் இந்தச் சந்தர்ப்பம் போனால் மீண்டும் வாய்ப்புக் கிடைக்குமா? அப்பா அம்மா கண்முன் வந்து போனார்கள். சினிமாவில் கடைசியில் 'உணவு உபசரிப்பு' என்று தங்கள் பெயர் வருவதை பார்த்து மகிழ்ந்து, அதற்காக பதினெட்டு மணி நேரம்கூட உழைத்தவர்கள் ரகுவின் பெயர் 'இயக்குனர்' என முதலில் வரவேண்டும் என்ற தீராக் கனவுடன் வாழ்பவர்கள். ரகுவால் முடிவுக்கு வர முடியவில்லை.

கதாநாயகன் பிறகு அழைக்கவில்லை. கண்டிப்பாகச் செய்யமாட்டார் என்று புரிந்தது. ரகு இரவு முழுவதும் குழம்பினான். காலை மூன்று மணிக்கு எழுந்து வானத்தைப் பார்த்தான். சிந்தித்தான்.

சிறுவயது முதல் பெற்றவர்கள் தினமும் மூன்று மணிக்கு எழும்போது அவனும் எழுந்து பழக்கம். வானம் அவனுக்குச் சொன்னது. சினிமாக் கம்பெனி ஆரம்பிக்கப்பட்டது தவறான நோக்கத்தில். ஆனால் கதை ஜெயிக்கக் கூடியது. நிர்விதா நியாயமானவள். அவளால் இந்த அபுவை வெல்ல முடியும்.

இந்தத் தெளிவு வந்ததும் சரவணனை அழைத்தான். சரவணன் அப்பா 'லைட்பாய்' ஆக சினிமா வாழ்க்கையை ஆரம்பித்தவர். இன்றும் 'லைட்மேன்' என்ற பெயர் மட்டும் மாறி, அதே வேலையைத்தான் செய்கிறார். அவருக்கும் மகன் 'இயக்குனர்' ஆக வேண்டும் என்பது உயிரில் உறைந்த கனவு. அதை எண்ணி, அடுத்து என்ன? என்ற கவலையுடன் நாலு மணிக்குத் தூக்கம் பிடிக்காமல் சரவணன் எழுந்தபோது ரகு அழைத்துச் சொன்ன விஷயம் சந்தோஷம் வருத்தம் இரண்டையும் கொடுத்தது. உண்மையில் படத்தை எடுத்து முடித்து வெளியிடுவார்களா? என்ற சந்தேகமும் வந்தது.

அடுத்து மோகனை அழைத்தான் ரகு. மோகன் இயக்குநர் படிப்புப் படித்தவன். பெரிய இயக்குனர்களிடம், உதவி இயக்குனராகச் சேர முயற்சி எடுத்து வெற்றி கிடைக்காமல், வந்த வாய்ப்பும் கைநழுவி விட்டதே என வருந்திக் கொண்டிருந்தபோதுதான், ரகு அழைத்தான். மோகன் உற்சாகமானான். ஆனாலும் முதலில் அபுவைப் பார்த்துப்

பேசிவிட்டு நிர்விதாவிடம் போகலாம் என்றான் மோகன். ரகுவும் ஒப்புக் கொண்டான்.

அடுத்து ரவியை அழைத்தான். ரவி பத்தாவது வரையே படித்தவன். பத்தாவதையே மூன்று வருடங்கள் படித்துத் தேறினான். அதனால் அவனுக்குக் கல்வியே வெறுத்துப் போனது. சாலிக்கிராமத்தில் வசிப்பவன் என்பதால் அம்மா வேலைக்குச் சென்றதும், வடபழனியில் இருக்கும் சினிமாக் கம்பெனி வாசலில் சென்று நிற்பான். ஐந்து வருடங்களுக்கு முன் அப்படி ஒரு சந்தர்ப்பத்தில்தான் அபு கண்ணில் பட்டான். அதனால் கும்பல் காட்சிகளில் நடித்து வந்தான். அவனுள் இயக்குநர் கனவை வளர்த்தவன் 'அபு'தான். ரவியும் உண்மை என நம்பி தன் அம்மாவிடம் பகிர அவளும் கனவு காண ஆரம்பித்தாள்.

ரகு அழைத்ததும் ரவியைவிட அவன் அம்மா சந்தோஷமானாள். ஆசிர்வாதம் செய்தாள். அபுவை பொறுத்தவரை அந்த சினிமாக் கம்பெனியே ஒரு கண்கட்டு வித்தைதான். தொழிலதிபர் தன் காரியம் முடிந்ததும் சினிமா எடுக்காமலே கூட நிர்விதாவைக் கழட்டி விடலாம் என்பது அவன் அனுமானம்.

அதனால் பிரச்னை செய்யாதவர்களாக நான்கு உதவி இயக்குனர்கள் வேண்டும் எனத் தீர்மானித்து நான்கு பொம்மைகளைத் தயார் செய்தான்.

ஆனால் அது தெரியாமல் நால்வர் அணி இயக்குனர் கனவை வளர்த்து நிற்கிறது. ரகுவும் மற்றவர்களும் அபுவைச் சந்தித்துப் பேசிவிட்டு நிர்விதா வீட்டிற்கு வந்தனர்.

நிர்விதாவிற்குத் தயாரிப்பாளரும் அபுவும் எதுவுமே நடக்காததுபோல அழைத்தது சந்தேகத்தையும் தயக்கத்தையும் கொடுத்தது. சிங்கப்பூர் போனது என்பது சுத்தப் பொய் என்பது அவர்கள் ஐந்து பேருக்குமே புரிந்துதான் இருந்தது. வேண்டாம் எனத் தூக்கி வீசவும் மனம் வரவில்லை.

காரணம் அபு ஏற்கெனவே சினிமாவின் தோல்விக் கதைகள் பலவற்றைச் சொல்லி இருந்தான்.

முதல் படத்திலேயே தயாரிப்பாளரிடம் மோதிய இயக்குநருக்குப் பிறகு ஒரு தயாரிப்பாளர் கிடைக்க எட்டு

வருடம் ஆன கதை.

நொடித்துப் போன தயாரிப்பாளரிடம் கந்துவட்டிகாரன் போல கறாராக தன் சம்பளத்தை வசூல் செய்த கதாநாயகனுக்குப் பிறகு நடிக்க வாய்ப்பே கிடைக்காமல் போன கதை என்று நிறையச் சொல்லி இருந்தான். அது அவள் கண்முன் நர்த்தனம் ஆடியது. வேறு வாய்ப்பே கிடைக்காமல் போனால் என்ன செய்வது?

மீட்டர்குமார் "நான் தயாரிப்பாளர் கொடுக்கறேன்... நாம சேர்ந்து இயக்கலாம்" எனக் கூறி நடிகர்கள் பட்டியலும் தயார் செய்து விட்டார். ஆனால் தயாரிப்பாளர் யார் என்று கூறவில்லை.

உண்மையில் அவரிடம் தயாரிப்பாளர் உண்டா என்பதும் நிர்விதாவிற்கு சந்தேகம் வந்தது.

தயாரிப்பாளர் இருந்தாலும் இந்தக் கதையை ஒத்துக் கொள்வாரா? அபு என்ன செய்வான்? அதை அவளாலயே கற்பனை செய்ய இயலவில்லை. ரகுவிடமே கேட்டாள்.

"அந்த நாயி இப்பமே கதை ஒண்ணுக்கும் உதவாது. அதான் ப்ரொட்யூசர் வேணாம்னுட்டாருனு என் அப்பாட்டச் சொல்லிருக்கான். இப்ப நம்ப 'வர்க்' ஆரம்பிக்கலைனா இதையே மீடியா முழுக்கப் பரப்பிடுவான்! ரகு சொல்ல மற்ற மூவரும் அதை ஆமோதித்தனர்.

"தப்பு ரகு..." எனக் கண்டித்தாள் நிர்விதா.

"ஸாரி மேடம் என்னைவிட வயசில் பெரியவரை... ஸாரி" என்றான் ரகு.

"அபுவோட நாயை ஒப்பிடாதே! நாய் பாவம் அது நன்றியுள்ள பிராணி!" சிரித்தாள்.

"எந்த நாய் கூட்டிக்கொடுத்து சம்பாதிக்குது? நாய் மானநஷ்ட வழக்குப் போடப்போகுது" என்றான் சரவணன்.

நிர்விதாவும் சேர்ந்து சிரித்தாலும், அவள் மனம் மீண்டும் தயாரிப்பாளர் இம்சை கொடுத்தால்... படம் பாதியில் நின்றுவிட்டால் என்ன செய்வது எனக் குழம்பியது.

அவள் எண்ண ஓட்டத்தைப் புரிந்து கொண்ட ரகு

“மேடம் ஒரு விஷயம் சொல்லணும்! நாங்க அபுவைப் பார்த்துட்டுதான் வரோம்!'' நிறுத்தி தலையை குனிந்து கொண்டான். அந்த விஷயத்தை அபுவிடம் அபுவிற்கு வயது 45 இவன் 25 கூட இல்லை, ஆனாலும் ஒளிவுமறைவு இல்லாமல் பேசியவனுக்கு நிர்விதாவிடம் சொல்லத் தயக்கமாகத்தான் இருந்தது.

சரவணன் தலை குனிந்தபடி “இந்தப் படம் முடிந்து ரிலீஷ் ஆகற வரைக்கும் அவர் உங்களை ‘டிஸ்டர்ப்’ பண்ணமாட்டார் மேடம்” என்றான்.

‘‘நாங்க அபுகிட்ட கண்டீஷன் போட்டுட்டுத்தான் வந்திருக்கோம்! அவரும் ஒத்துக்கிட்டாராம்” என்றான் ரகு.

பிறகு? படம் முடிந்த பிறகு?!’ நிர்விதா திகைத்தாள்.

“இதே கதை ஹாலிவுட்ல வந்தா பாராட்டுவானுக. நம்ம சொன்னா... கமர்ஷியல் இல்லைம்பாங்க.... வேற ப்ரொட்யூஸர் தேடறது கஷ்டம் மேடம்'' கெஞ்சுவதுபோல் சொன்னான் மோகன்.

ரவி தன் அம்மா ஆசை நிறைவேற இதுபோல் ஒரு சந்தர்ப்பம் இனி கிடைக்குமா என்ற கவலையுடன் நிர்விதாவின் முகத்தையே பார்த்துக் கொண்டிருந்தான்.

நிர்விதாவின் குழந்தைகளை பள்ளிக்கூடத்தில் விட்டு உள்ளே நுழைந்த அம்மா,

‘‘இன்னும் என்ன யோசனை? அதான் கண்டிசன் போட்டிருக்கேன்னு இந்தப்புள்ள சொல்லுதே...? படம் வந்த பிறகு உன் அருமை அவருக்குத் தெரியும் அவரே மாறீடுவாரு! கௌம்பு... படத்தை நல்லபடியா முடி! அப்பா உன்னோட இருப்பார்” என்றாள்.

அம்மா... அம்மா...!

அம்மாவின் வார்த்தைகள் கேட்டு நிர்விதாவிற்கு இப்போதே படம் முடித்துவிட்டதுபோல் உற்சாகமும் தெம்பும் வந்தது.

அடுத்தநாள் இவர்கள் எழுத வந்ததும் அபு இவர்களைவிட உற்சாகமானான். அவனே மீட்டர்குமாரிடம் பேசி அந்த நடிகர் நடிகை பட்டியலையும் வாங்கிவிட்டான். ஒரு புது இசையமைப்பாளரும் ஏற்பாடு செய்தான்.

“சீரியலுக்கு போடறவன் நம்ம படத்துக்குப் பொருத்தம்” எனக் கிண்டலும் செய்தான்.

அடுத்த பத்தாவது நாள் படப்பிடிப்பு தொடங்கியது. அபு தனக்கு தயாரிப்பு மேனேஜர் பதவியை எடுத்துக் கொண்டான். நிர்விதாவும் உதவி இயக்குநர்களும் கடின உழைப்பு உழைக்க... அபு தினமும் கணிசமான தொகை பார்த்தான். ஆனால் அவன் நினைத்த அளவு கிடைக்கவில்லை.

9

தொழிலதிபர் வாக்குக் கொடுத்தபடி படப்பிடிப்பிற்கு வரவே இல்லை. ஆனால் அவரிடம் இருந்து தொல்லைகள் நிறைய வந்தது. தினமும் படப்பிடிப்பு முடிந்ததும் அடுத்த நாளுக்கான பணம் தருவதாகக் கூறினார். ஆனால் இவர்கள் கேட்ட பணத்தில் ஐம்பது சதவீதம்தான் கொடுத்தார். அதனால் ரகுவும் சரவணனும் சேர்ந்து “வேற வழியில்லை மேடம் நாங்க பட்ஜெட் அதிகமாவே போட்டுக் கொடுக்கறோம்” என்று கூறினர். நிர்விதா தயங்கினாள். அபுவுக்கே அவர் போக்கு வெறுத்து விட்டது. செய்ங்க. அப்பதான் அவர் குறைச்சுக் கொடுக்கறதுக்கு சரியா இருக்கும்!” என்றான். காட்சிகள் பிரித்து எழுதியதில் (ஷாட் பிரித்து) “பட்ஜெட் இடிக்குது கிரேன் ஷாட்களைக் குறைக்கலாம்”. ஒரு நாள் வாடகை ஒரு நாள் பேட்டாவோட போகும்” என்றான் ரகு.

“காமராமேன் ஒத்துழைச்சா... கிரேன் ரெண்ட் கூட மிச்சப் படுத்தலாம்” என்றான் சரவணன். நிர்விதாவும் சரிதான் “நம்ம லொகேஷன் போலாம், உயரமான பில்டிங் இருந்தா சரி. ‘க்ரேன் ஷாட்’ மாதிரி எடுக்கலாம். அங்க மூவ்மெண்ட் ஷாட் எடுக்க ஸ்பேஸ் போதுமானு பாக்கலாம், என்றாள்.

அடுத்த நாள் படப்பிடிப்பு செய்ய வேண்டிய இடம் சென்று பார்த்தபோது ஒளிப்பதிவாளருக்கும் நிர்விதாவிற்கும் திருப்தி.

சரவணன் அப்பாவும் சரவணனும் வில்லன் நடிகர் ‘டாக்டர்’

வேடத்தில் நடிக்க ஒப்புக் கொண்டிருந்ததால், காலையில் பணம் கொடுத்து விடுவதாகச் சொல்ல, அவர் வீடு சென்றனர். அங்கும் ப்ரச்னை இல்லை.

அபு சந்தோஷமாகச் சொன்னான் “நீரும்மா க்ரேன்... பேட்டா எல்லாம் பட்ஜெட்ல அப்படியே இருக்கட்டும் நான் கொடுத்து பணம் வாங்கிட்டு வந்துர்றேன்! நீரும்மா நீயும்தான் ஓயாம உழைக்கறே... நாலு காசு பாக்க வேண்டாமா?”

நிர்விதா மறுத்தாள். ‘நம்ம படம் நல்லா வரதுக்கு உபயோகிக்கலாம்...” என்றாள். மற்றவர்களும் ஆமோதித்தனர். நிர்விதாவிற்கு, அத்தனை எளிதில் ஒரு தொழிலதிபரை ஏமாற்ற முடியுமா? அவருக்கு திரைப்படத்துறை பற்றித் தெரியாமல் இருக்கலாம். ஆனால் நுண்ணறிவு இல்லாது தொழில் வெற்றி... இத்தனை சாதனை சாத்தியம் இல்லையே என்ற சந்தேகம் வந்தது.

அபு அவர் தொழிற்சாலை சென்று அடுத்த நாள் படப்பிடிப்புக்கான செலவுக் கணக்கை காட்டியபோது அவர் புருவம் உயர்ந்தது.

“என்ன ஏகத்துக்கு செலவு ஏறிக் கெடக்கு!” கோபமாகக் கேட்டார்.

“ஸார் இன்னைக்கு கூட்டம்... கோவில் கோபுரம்... ஊர்... ரயில்வே ஸ்டேஷன் எல்லாம்... உயரத்தில் இருந்து எடுக்கணும். ‘க்ரேன் ஷாட்’னு சொல்வாங்க ஸார்! க்ரேன் வாடகை, பத்துபேர் வேணும் அதை மூவ் பண்ண... அவங்க பேட்டா.. அதான்” என விவரித்து உற்சாகமாகச் சொன்னான். “நாளைக்கு வில்லன் நடிகர் வர்றார்... அவர் அட்வான்ஸ்.. அஞ்சு நாள் கால்ஷீட் கொடுத்திருக்கார் ஸார்!” அபு இதை, தன்னையே ஒரு இயக்குனராகப் பாவித்து, ரசித்துச் சொன்னதால், தொழிலதிபரின் மர்மச் சிரிப்பை கவனிக்கத் தவறி விட்டான். யானைக்கும் அடிசறுக்கும்.

அடுத்த நாள் காலை அவன் வழக்கம் போல அவர் வீடு சென்றபோது... அவர் மனைவி, “அவர் அவசரமா லண்டன் போயிருக்காரு... எங்கிட்ட ஒண்ணும் சொல்லலை... உங்களுக்கு பணம் தரலையா என அபுவைக் கேட்டாள்.

அபுவிற்குப் புரிந்தது. இது திட்டமிட்ட பழிவாங்கும் படலம். இப்படி ஒரு எதிர்நடவடிக்கையை அவன் எதிர் பார்க்கவில்லை.

அவர் நினைத்தது நடக்காத வரை இப்படித்தான் பழிவாங்குவார். இது எதிர்பாராத... அபுவே எதிர்பாராத தாக்குதல். அவனே மிரண்டு முதலில் ரகுவை அழைத்து சேதி சொன்னான்.

ரகுவிற்கு அவன் தாத்தா என்றோ இலங்கை தீவில் படப்பிடிப்புக்கு சென்றபோது, தமிழர் பகுதியில் வானில் இருந்து வீசப்பட்ட 'குண்டுகள்' 'மலம்' பற்றி ஆற்றாமையுடன் பேசுவது நினைவு வந்தது.

இன்று தங்களின் மீது தொழிலதிபர் அதைத்தான் செய்துவிட்டார். தன்மீது நாற்றம் அடிப்பதுபோல், அருவருப்பு அடைந்தான். மோகன் ஓடிவந்து "ரகு! ரகு! என்ன என்னாச்சு நண்பா?" என உலுக்கினான். ரகு துயரத்துடன் ரகசியமாகச் சொன்னான்.

நிர்விதா ஒரு ஐந்து மாடிக் கட்டிடத்தின் மொட்டை மாடியில் நின்றவள், ஒளிப்பதிவாளருக்கு, "காமிராவை தோள்ல வைத்து ஹேண்டில் ஷாட் வேணும்!" என விவரித்துக் கொண்டிருந்தவள் இந்தச் சிறு சலனத்தை, துயரத்தை கவனித்தாள்.

உடனே தரைதளத்துக்கு வந்தாள். அதற்குள் சரவணனும் ரவியும்கூட குண்டு மழையில் நனைந்தவர்கள் போல அனைத்தும் இழந்தவர்களாகப் பரிதவித்து நின்றனர்.

நிர்விதா அப்போது வந்து இறங்கிய வில்லன் நடிகரை, வரவேற்று அவரை தானே ஒப்பனை அறை வரை கொண்டுவிட்டு வந்தாள். அவரும் இணக்கமாக நட்புடன் புன்னகைத்தார். அவருக்கு இந்தக் குழு மீது நம்பிக்கை வந்திருந்தது. சரவணன் அப்பாவும் சரவணனும் கொடுத்த நம்பிக்கை. நிர்விதாவை அந்த நால்வர் அணி நெருங்கி ரகசியமாக விஷயத்தைச் சொல்ல... நிர்விதா சிறிதும் கலங்கவில்லை. அவள் உள் மனம் எதிர்பார்த்ததுதான் இது.

"ரகு உன் அப்பாவால் பேமெண்ட் நாளைக்கு வாங்கிக்க முடியுமா?"

ரகு பரபரப்பாக "இன்னும் ரெண்டுநாள் கூட பேமெண்ட் வாங்காம அப்பாவால் சமாளிக்க முடியும் மேடம்" என்றான். சரவணனும் "லைட்ஸ் மேன் பேட்டா கூட நாளைக்குச் சேத்துக் கொடுத்தா போதும் மேடம்... லைட்ஸ் வாடகை மட்டும் கொடுத்தாப் போதும்'' என்றான். "கேமிரா ரெண்ட் கூட நாளைக்குச் சேர்த்துக் கொடுக்கலாம், காமிரா அஸிஸ்டெண்ட் பேட்டா மட்டும் இன்னைக்கு செட்டில் பண்ணிடுங்க...'' என்றான் மோகன். ஒளிப்பதிவாளர் மோகனின் நண்பன்.

நிர்விதா நிம்மதியாகப் புன்னகைத்தாள். மற்ற நால்வரும் இந்தப் பணத்திற்கு வழி? என விழித்தனர். படத்தை முடிப்போமா... இல்லை நாம் மண்ணோடு மண்ணாகப் போக வேண்டியது தானா...? வெறும் பத்து நாள் வாழ்வுதானா? எனத் தவித்து நிர்விதாவின் முகம் பார்த்தனர்.

நிர்விதா ''நம்ம பண்றோம்! படத்தை முடிப்போம்! தைரியம்... தைரியம்... நம்பிக்கைதான் வாழ்க்கை" என்றாள்.

''மேடம் இன்னைக்கு பேமென்டுக்கு பணம்? தயங்கிக் கேட்டான் மோகன்.

"நான் ஏற்பாடு பண்றேன். நீங்க ஷூட்டிங் வேலையை ஆரம்பிங்க... முதல்ல டாக்டர் அதான் நம் வில்லன் நடிகர் சம்பந்தப்பட்ட காட்சிகளை முடித்து அவரை ஒரு மணிக்கு அனுப்பீடணும். அபு எங்கே?" என்றும் கேட்டாள்.

அபு ரகுவிற்கு விஷயம் சொல்லிவிட்டு மீண்டும் மீண்டும் தொழிலதிபரின் எல்லா கைபேசி எண்ணுக்கும் அழைத்துப் பார்த்தான். ஆனால் அனைத்தும் தொடர்பு எல்லைக்கு அப்பால் என்றது. அல்லது இரண்டு மணித்துளிக்குப் பிறகு துண்டிக்கப்பட்டது.

அவர் தன் எண்ணைத் தடை செய்துவிட்டதை உணர்ந்தான்.

வாழ்க்கையில் முதல் முறையாக அபுவிற்கு வியர்த்தது. எதிரியின் பலம் அறியாது தன்னை மட்டும் புத்திசாலி என எண்ணியவனின் முடிவு மிக மோசமாக இருக்கும். அபுவும் தன் முடிவு பற்றி, அனைத்தையும் விட்டு எங்காவது ஓடி விடலாமா, என எண்ணியபோது...

ரகு அழைத்தான், நிர்விதா உடனே படப்பிடிப்புக்கு வருமாறு கூறியதைச் சொன்னான்.

அபு சந்தேகமாக... படப்பிடிப்பு நடக்குதா எனத் தன்னையே கேட்டுக் கொண்டான்.

ரகு அவசரமாக "மேடம் க்ளாப் அடிக்க என்னை கூப்டறாங்க! நீங்க உடனே ஸ்பாட்டுக்கு வரணும்! ஷூட்டிங் ரன்னிங்" என்றான்.

அபுவின் குள்ள நரி மூளை மீண்டும் சுறுசுறுப்பானது.

தொழிலதிபர் கோபம் உன் மீது இல்லை. உனக்கு ஏன் பதட்டம்?

இது அவருக்கும் நிர்விதாவிற்குமான யுத்தம்.

இதில் நீ குளிர் காய வேண்டும். இரண்டு பக்கமும் லாபம் பார்க்க வேண்டும். இது அவர் நிர்விதாவிற்கு வைக்கும் 'கிங் செக்'. சதுரங்க விளையாட்டு சூடு பிடிக்குது!

நீ நின்று வேடிக்கை மட்டும் பார் என்றது அவன் மூளை.

அபு சுறுசுறுப்பாக படப்பிடிப்பு தளம் வந்தான்.

ரவியிடம் இருந்த பணம் பறித்து இளநீர் வாங்கி வில்லன் நடிகருக்குக் கொடுத்தான்.

சுறுசுறுப்பாக வேலை செய்தாலும் பணத்திற்கு நிர்விதா என்ன ஏற்பாடு செய்திருப்பாள்?

எத்தனை நாள் அவளால் சமாளிக்க முடியும்?

எப்போது இவளின் கண்ணகி வேஷம் கலையும்?

என அவன் மனம் அவன் மூளையைக் குடைந்தது.

மதிய உணவு வேளைதான் அவனால் நிர்விதாவை நெருங்க முடிந்தது.

நிர்விதாவும் வில்லன் நடிகரை சாப்பிடச் சொல்லி, ரகுவை அவரைக் கவனிக்க, சரவணனுக்கு உதவுமாறு கூறிவிட்டு அபுவைத்தான் தேடினாள்.

அபு போலியாக வருத்தம் காட்டி "நீரும்மா பணத்துக்கு

என்ன ஏற்பாடு செய்திருக்கே எனக் கேட்டான்.

நிர்விதா "அபு நீதான் உதவணும்! இந்தா" என தன் கழுத்தில் இருந்த சங்கிலி, இரண்டு வளையல்களைக் கழட்டிக் கொடுத்தாள்.

"உடனே வித்துக் கொண்டு வா" என்றாள். தாலியுடன் சங்கிலியைப் பார்த்து அபு "நீரும்மா என்ன இது தாலிச்சங்கிலி..." எனப் பதறினான்.

அந்தப் பதட்டம் உண்மை. ஒரு ஆண் மனதின் பதட்டம். தாலிக்கு மதிப்பு இல்லை என்றால் ஆணுக்கும் மதிப்பு இல்லையே? என்று எண்ணிய நிர்விதாவிற்கு சிரிப்பு வந்தது.

'புருஷன் கட்டிய தாலியுடன் கண்டவனோடு படுக்கச் சொல்ற உனக்கும் தாலி செண்டிமென்டா?' என்று கோபமும் வந்தது.

"அபு நமக்கு இருக்கற ஒரே கமர்ஷியல் நடிகர் இவர்தான்! இவர் நமக்கு பத்து நாள் கால்ஷீட் கொடுத்ததே பெரிய விஷயம்! உடனே வித்து பணம் கொண்டு வா!"

"நீரும்மா இதை வித்தா ரெண்டு லட்சம்தான் தேரும் பேமெண்ட்டுக்கு பத்தாதே..." என அக்கறையாக இளித்தான்.

"அது அப்புறம்! உடனே வா!" என்று சுருக்கமாகச் சொன்ன பிறகும்

"நீரும்மா தாலி மட்டுமாவது எடுத்துக்க... தாலிய வித்தா குடும்பத்துக்கு நல்லதில்லை" என வெறுப்பேற்றினான்.

நிர்விதா ஒன்றுமே கூறாது... நகர்ந்தாள்.

அபு தன் வீடு சென்று தாலி, குண்டு, இரண்டு காசுகள் இத்தியாதியைக் கழற்றி பத்திரப்படுத்தி விட்டு வட்டிக் கடைக்குச் சென்றான்.

அன்று திட்டமிட்டபடி மூன்று காட்சிகள் படப்பிடிப்புடன், அந்த இடத்தில் எடுக்க வேண்டிய, கூட்டம் கோவில் விமானம் போன்ற மேற்கோண காட்சிகளும் முடித்துவிட்டனர்.

அபு கொண்டு வந்த பணத்தில் ஒரு லட்சத்தை, சரவணன் அப்பா மூலம் பேச்சு வார்த்தை நடத்தி வில்லன் நடிகரை திருப்தி செய்து கொடுத்துவிட்டனர்.

சரவணன் அப்பா, "இனி பத்துநாள் கால்ஷீட் முடியும்போது கொடுத்தா போதும்! அதுக்குள்ள ப்ரொட்யூசர் லண்டன்ல

இருந்து வந்திடுவாருல்ல?'' எனக் கேட்டபோது... அவரின் மனக்குறை தெரிந்தது.

நிர்விதா, ரகு, சரவணன், மோகன், ரவி தவிர மற்றவர்கள் அடுத்த நாள் படப்பிடிப்பு நடக்குமா எனச் சந்தேகத்துடன்தான் சென்றனர். கேட்டனர்.

நிர்விதா உறுதியாக ''ஷூட்டிங் கண்டிப்பா காலை 7 மணிக்கு ஆரம்பிக்கும்'' என்றாள்.

அபுவிடம் "செட் ப்ராபர்ட்டி ரெடி பண்ணு" என்றாள்.

"ரகு நாளைக்கு எடுக்க வேண்டிய சீன் பார்த்து... செட் ப்ராபர்ட்டி என்ன ரெடி பண்ணனும்னு அபுவுக்குச் சொல்லு" என்றாள்.

ரவியிடம் ''நீ வழக்கம் போல நடிகர்களை பிக்அப் பண்ணீட்டு வந்திடு'' என்றாள்.

ஆனால் வீடு வந்ததும் நிர்விதா அம்மா மடியில் படுத்து அழுது தீர்த்தாள்.

"மீண்டும் அடுத்து என்ன? நாளைய செலவுக்கும் இன்றைய பாக்கி பேமெண்ட்டுக்கும் என்ன செய்வது?

அதுதான் அவள் அழுகைக்குக் காரணம் என்பது அம்மாவுக்கு தெரிந்தது.

நிர்விதாவின் அழுகை குறைந்து அவள் கண்களைத் துடைத்துக் கொண்டதும் அம்மா எழுந்து சென்றாள்.

அவளுக்கு குடிப்பதற்குப் பால் கொண்டு வந்தாள்.

அடுத்து அம்மா செய்த செயல் நிர்விதா கனவிலும் எதிர்பாராதது.

10

அம்மா தன் நகைகளை அவள் முன் வைத்தாள்.

"அம்மா...!" கடல் அளவு வியப்பில் நிர்விதாவின் கண்கள் விரிந்தது.

தீபாவளி வந்தால், அப்பாவிடம் சண்டை போட்டு... அழுது அம்மா நகை வாங்குவாள். மூன்று பெண்களுக்கும் நகை செய்ய அப்பா திணறிய போதுகூட அம்மா தன் நகைகளை விட்டுக் கொடுத்ததில்லை. அதுதான் அவளின் உச்ச கட்ட வியப்புக்குக் காரணம்...

“அந்த மனுஷனோட நியாயமான நாடக ஆசை... அப்ப எனக்கு விபரீத ஆசையா பட்டுச்சு! என்ன விட்டுப் பிரிஞ் சுடுவாரோனு சந்தேகப்பட்டேன். அவர் கைல நாலு காசு இருந்தா நாடகம் போடக் கெளம்பிடுவாருனுதான் ஆரம்பத்துல அழுது ஆர்ப்பாட்டம் செய்து நகை வாங்க ஆரம்பிச்சேன். அப்றம் அதுவே நகை மோகமா மாறீடுச்சு! ஆனா... அவரே போயிட்டாரு... இன்னமே எனக்கு எதுக்கு நகை? அம்மா அழுதாள்.

“அம்மாவுக்கு என் அப்பாவைப் பிடிக்காது; அதான் வீட்ல சும்மா சண்டை மிஸ்!” என அழுது கொண்டே வகுப்பு ஆசியையிடம் சொன்னபோது... அவர் சிரித்தது இன்று நினைவுக்கு வந்தது, நிர்விதாவிற்கு ஐந்தாம் வகுப்பு ஆசிரியையின் சிரிப்பின் அர்த்தம் இன்று புரிந்தது.

அம்மாவுக்கு அப்பாமீது அளவு கடந்த அன்பு... அன்பா?! மோகமா?! இங்கே மோகத்தைத் தான் பல பேர் காதல் என்றும் அன்பு பாசம் என்றும் நினைக்கிறார்கள். ஆனால் இன்று வாழ்வின் விளிம்பில் நிற்கும்போது தான் செய்தது தவறு என்று அம்மா உணர்கிறாள். பயன் என்ன? அந்தத் துயர நாட்கள் சந்தோஷ நாட்களாக இனி மாறாதே?

‘பாவம் அம்மா!’ என்றும் தோன்றியது. அம்மாவை அணைத்து நன்றி சொன்னாள்.

“பிள்ளைங்க, அம்மா எப்ப வருவா பாட்டீனு கேட்டுட்டு தூங்கீட்டாங்க. நீயும் காலைல ஷூட்டிங் போணும்ங்கற தூங்கு! நாளைக்காவது சீக்கிரம் வா! பிள்ளைங்களப் பாரு” என்றாள் அம்மா! நிர்விதாவும் படுத்து கண்களை மூடினாள். தூக்கம் வரவில்லை அடிவயிற்றில் நாளைய படப்பிடிப்புக்காவது தயாரிப்பாளர் பணம் கொடுத்தால் அம்மா நகை தப்பும். நாளை அம்மா நகையை வைத்து படப்பிடிப்பு! சரி! அடுத்த நாள் என்ன செய்வாய்? என்று மனம் பதைபதைத்தது. மூடிய கண்களுக்குள் ஒரு காட்சி வந்தது. ஒரு பழையகால அரண்மனை. சுற்றிலும் மரங்கள். உள்ளிருந்து ஒரு வேலைக்காரன் வாசலில் நிற்கும்

மாட்டு வண்டியில் சாக்கு மூட்டைகளை அடுக்குகிறான். பாரம் தாங்காது வண்டி கவிழ்ந்து சாக்கு மூட்டைகள் அவிழ்ந்து தங்கக் காசுகள் உருண்டு ஓடுகிறது.

நிர்விதா ஏழு மூட்டை தங்கமா...? யார் தயவும் இல்லாமல் படத்தை முடிக்கலாம் என மகிழ்ந்தாள். பின் அவளே திடுக்கிட்டு கண் விழித்தாள்.

"என்ன இது தூங்காமலே கனவு வருது? எனக்கு என்ன ஆச்சு?' மிரண்டு எழுந்தாள்.

அம்மா, "என்னடீ தூக்கம் வரலையா? கவலைப்படாதே! இந்த வீட்டை வித்தாவது படத்தை முடிப்போம்!" என்றாள்.

நிர்விதாவிற்கு பயம் விலகி வியப்புக் கூடியது. அவள் மனம் இறக்கை கட்டிப் பறந்து சந்திரனில் நின்றது. பூமி முழுவதும் பரவி அம்மா ஒரு அரபுக் குதிரைமீது நீண்ட கூர்தீட்டிய வாளுடன் போருக்குத் தயாராக நின்றாள். அதைப் பார்த்து அவள் மனம் குதியாட்டம் போட்டது.

"அம்மா நீயா... நீயா... இப்படி மாறிட்ட..." என அவள் வாய் மயக்க கிறக்க நிலையில் முணுமுணுத்தது.

''பின்ன என்னடீ பண்றது? நீ எப்படியும் இந்தப் படத்தை முடிக்கணும், படம் நூறு நாள் ஓடணும்... பெரிய இயக்குனர் ஆகணும்... அப்பதான் உன் அப்பாவின் ஆத்மா சந்தோஷப்படும்..."

"உன் புருஷனும் உன் அருமை புரிஞ்சு மனசு மாறி உன்கிட்ட வருவான்...!" என்று அம்மா சொன்னதும்,

நிர்விதாவின் மனசு, இறக்கை கருகி பூமியில் விழுந்தது. துடித்தது. நிர்விதா சுய நினைவுக்கு வந்தாள்.

கடைசியில் அத்தனையும் புருஷனுக்காகத்தான்... தன் புருஷன் தன் கை விட்டு நழுவி விடாமல் இருக்க அழுகையை, சண்டையை ஆயுதமாக்கினாள்.

இன்று காட்டில் இருக்கும் ஓநாய் போல, யுத்தியை மாற்றியிருக்கிறாள் அவ்வளவுதான். மகளின் புருஷனை அவளுடன் சேர்த்து வைக்கத்தான் இத்தனையும்... அம்மா மாறமாட்டாள்; வாழ்வின்மீது அவள் கொண்ட கோணமும் மாறாது.

நிர்விதா வெறுப்புடன் தன் தோள்மீது இருந்த அம்மா கையை விலக்கினாள்.

"ஏண்டீ கோபம்? உன் அப்பாவுக்கும் எனக்கும் தான் எத்தனையோ சண்டை. அதுக்காக, புருஷன் பொண்டாட்டியா வாழாம முடியுமா?"

"அம்மா நீ வீட்டை விட்டு பிள்ளைகளை விட்டு ரூம் எடுத்துத் தங்கினியா...?! அப்பாதான் எங்களை விட்டுட்டுப் போனாரா?!" கோபத்தைக் கொட்டினாள் நிர்விதா.

"என்னடீ பண்றது... அது எங்க காலம். சண்டை வீட்டுப் படிய தாண்டாது" அம்மா பலகீனமாக முனகினாள்.

நிர்விதாவின் கைபேசி மணி ஐந்து என்றது. தூங்காமலே விடிந்துவிட்டது.

நிர்விதாவிற்கு இன்று படப்பிடிப்பின் பதிமூன்றாவது நாள் என்பது நினைவில் வந்தது.

சினிமாவில் சிலரின் மூட நம்பிக்கை பதிமூன்று என்பது ராசி இல்லாத எண் என்பது. அபு "நீரும்மா நாளைக்கு ஷூட்டிங் ஆரம்பித்து பதிமூணாம் நாள்... இன்னைக்கே சோதனை... நாளைக்கு ஷூட்டிங் நடக்குமா...?! பணத்துக்கு என்ன செய்யறது?" அக்கறையாக கேட்டு வெறுப்பேத்தி இருந்தான்.

நிர்விதா எழுந்தாள். அம்மாவின் நகையை ஒரு துணியில் முடித்துப் போட்டு அதை கைப்பையில் வைத்துக் கொண்டாள். வீடு முழுவதும் தேடி இரண்டாயிரம் ரூபாய் கண்டு எடுத்தாள். அதில் நூறு ரூபாயை அம்மா கையில் கொடுத்து விட்டு, மீதத்தை தான் எடுத்துக் கொண்டாள். படப்பிடிப்புக்குத் தயாரானாள்.

இன்று படப்பிடிப்பு நடத்தினால்தான் இந்த பதிமூணாம் எண்... 'கெட்டராசி' என்ற மூட நம்பிக்கை உடைக்கப்படும். நிர்விதா ஆறு மணிக்கு கிளம்பியபோதும் குழந்தைகள் உறங்கிக் கொண்டிருந்தனர். அருகில் சென்று கன்னத்தில் முத்தமிட்டுக் கிளம்பினாள் அம்மா தயக்கத்துடன் அவள் பின்னால் வந்தாள்...

"என்னம்மா... நகையை விற்க மாட்டேன்! அடமானம்தான் வைப்பேன் பணம் வந்ததும் திருப்பிக் கொடுக்கறேன் போதுமா..." என நிர்விதா சமாதானமாகச் சொன்னாள்.

இருந்தும் அம்மா அழுதாள்.

"அந்தக் கால நகை... பாத்துப் பாத்து உளி உளியாச் செஞ் சது! ரெண்டு பேத்திக்கும் கல்யாணச்சீர் கொடுக்கணும்னு

ஆசை!" என்றாள்.

நிர்விதா அம்மாவை அணைத்து முத்தம் கொடுத்துக் கிளம்பினாள்.

ஐம்பது பவுன் நகை இன்றே வைக்க வேண்டாம் என எண்ணி மீண்டும் வந்து பாதியை அம்மாவிடம் கொடுத்து விட்டு, கல் வைக்காத நகைகளை மட்டும் எடுத்துக் கொண்டு கிளம்பினாள்.

படப்பிடிப்புத்தளம் சென்று அனைவரையும் காலை உணவு சாப்பிடச் சொன்னாள்.

வில்லன் நடிகர் ஒன்பது மணிக்குதான் வருவார் என்பதால், அதுவரை ரகுவையும் சரவணனையும் பார்த்துக் கொள்ளச் சொல்லிவிட்டு, அப்பாவிற்குத் தெரிந்த வங்கி மேலாளர் வீட்டிற்குச் சென்றாள். உடன் ரவியை அழைத்துச் சென்றாள்.

அவர் ஓய்வு பெற்று மூன்று வருடம் ஆகிவிட்டாலும், உடன் நிர்விதாவுடன் வந்து வங்கி மேலாளரிடம் பேசி, அரை மணி நேரத்தில் நான்கு லட்சம் கைக்கு வந்தது.

நிர்விதா தெம்பாகக் கிளம்பினாள்.

"உன் அப்பாதான் நிறைவேறாத ஆசையுடன் போயிட்டார்! நீயாவது ஜெயிச்சுக் காட்டு" என ஆசீர்வதித்தார்.

அன்றும் படப்பிடிப்பு முடிந்து யாருக்கும் வாய்தா சொல்லாமல் பணம் பட்டுவாடா செய்தாள். இருந்தும், நான்கு உதவி இயக்குனர்கள் தவிர மற்றவர்கள், அடுத்த நாள் படப்பிடிப்பு பற்றி நிர்விதா விவரித்தும், 'ஆடை வடிவமைப்பாளர்' 'ஒப்பனை செய்பவர்' உள்பட இந்தப் படம் தொடராது என்ற முடிவுடன்தான் சென்றனர்.

அபு அனைவரும் சென்றபின் "நீரும்மா எத்தனை நாள் நகை வைத்துப் படப்பிடிப்பு நடத்த முடியும். பேசாம இன்னைக்கே இப்பவே... ப்ரொட்யூஸர் கிட்ட நீ பேசும்மா, நானும் முயற்சி பண்றேன்! இனிமே தாக்குப் பிடிக்காது. வீராப்புக்கு இன்னும் ரெண்டு நாள் படப்பிடிப்பு நடத்தலாம்... பிறகு?

நான்கு உதவி இயக்குனர்களும் நிர்விதா முகம் பார்த்து... ஏங்கி நின்றனர்.

"அவர் உண்மையில் லண்டன் போகலை, இது நமக்குத் தெரியும்! நாம் பட்ஜெட் அதிகம் போட்டுக் கொடுத்ததால் இப்படிப் பழி வாங்குகிறார். தினமும் ப்ரொடக்ஷன் காஸ்ட்,

ஆர்டிஸ்ட் பேமெண்ட் எல்லாமே அவர் குறைவாகத்தான் கொடுக்கிறார். இப்படி ஒரு தயாரிப்பாளர் நமக்குத் தேவையா? இன்னும் இரண்டு நாள் படப்பிடிப்பு நடத்தப் பணம் இருக்கு... பிறகு ஒரு ப்ரேக் எடுத்துக்கலாம். அந்தப் பத்து நாளில் வேற முயற்சி செய்யலாம்” என்று நிறுத்தினாள்.

அபு “நீரும்மா இன்னும் ரெண்டு நாள்ல படப்பிடிப்பை நிறுத்திடலாம்... ஆனா இவரே லண்டன்ல இருந்து வந்திடுவார்” என்றான்.

அவ்வளவு எளிதில் ஒரு பெண் சுய முயற்சியில் முன்னேறுவதா? பட உலகில் ஜெயிப்பதா?

ஊரில் இருந்து ஹீரோ ஆகணும் நடிகன் ஆகணும் இயக்குநர் ஆகணும்னு வந்த ஆம்பிளை நானே... இன்னும் நக்கீட்டு இருக்கேன்? இண்டஸ்ட்ரீக்கு வந்து இரண்டே வருடம் ஆன இவள், என் தயவில் வந்த இவள், சுய கௌரவத்துடன் ஜெயிப்பதா? என அவன் மனம் கொந்தளித்தது. உதவி இயக்குநர் ரகுவிடம் “ரகு உனக்குத் தெரியும் இண்டஸ்ட்ரி பத்தி... நம்ம சொந்தப் பணம் போட்டுப் படத்தை முடித்தாலும்... போஸ்ட் புரொடக்‌ஷன்... டப்பிங்... மியூஸிக்னு எவ்வளவு இருக்கு? ‘ஆடியோ லான்சிங்’ எல்லாமே பெரிய அளவில் பப்ளிசிடி கொடுத்தாதானே, படத்தை விக்க முடியும்? எத்தனை படம் ரிலீஸுக்கு தயாராகி வியாபாரம் ஆகாம பெட்டீல முடங்கிக் கிடக்கு... நீ கேள்விப்படலையா? பேசாம அவர்ட்டப் போயி மன்னிப்புக் கேட்கலாம் அவரைப் பகைச்சுக்கிட்டு நம்மால் ஒண்ணும் புடுங்க முடியாது...” எனக் கோபமாகக் கத்தினான்.

“யார்டா நாயி பட்ஜெட் அதிகமாப் போடலாம். க்ரேன் இல்லாமலே, ‘க்ரேன் ஷாட்டுக்கும்’ பணம் வாங்கலாம்’னு... சொன்னது? நீதானே? இப்ப யோக்கியன் மாதிரிப் பேசறே” என மோகன் அடிக்கப் பாய்ந்தான். ரவி தடுத்தான். சரவணன் “விடுங்க மோகன் இந்த நாயப்பத்தித் தெரியாதா?” எனக் கேட்க... யாரும் எதிர்பாராத விதமாக அபு பயங்கரமாக அழ ஆரம்பித்தான். “நீரும்மா பழகுன தோஷத்துக்கு... உன் அறிவுக்கு கதை சொல்லும் நேர்த்திக்கு நீ ஜெயிக்கணும்னு நினைச்சு உரிமையாச் சொன்னேன்! என் வயசுல பாதி பார்த்த சின்னப் பயலுக... இப்படிப் பேசறானுக... நல்லதுக்கு காலம் இல்லை... நீரும்மா இனி இந்தப் படத்துக்கும் எனக்கும் சம்பந்தம் இல்லை நான் போறேன்!” எனச் சாபம் கொடுத்தபடிச் சென்றான்.

நிர்விதாவின் தலை சுற்றியது. ஐந்து மணி நேரம் முகநூல் பார்த்தது போல அவள் கண்கள் இருண்டது. மோகனும் ரகுவும் அவன் சென்ற திசை பார்த்துச் சிரித்தனர்.

“என்ன இருந்தாலும் அபுவுக்கு நாப்பது வயசு இருக்கும்... நீங்க இப்படிப் பேசிருக்கக் கூடாது. அவனும் உழைச்சான். அவன் உழைப்புக்கு மதிப்புக் கொடுத்திருக்கலாம்...” கண்டிக்கும் குரலில் சொன்னாள் நிர்விதா.

ரகு சமாதானமாக “விடுங்க மேடம். நாளைக்கு முத ஆளா அவன்தான் வந்து நிப்பான்! கவலைப்படாதீங்க” என்றான்.

மோகன் “ரோஷம் கெட்டவன். இப்ப போனா ஒரு மணி வரை தண்ணி அடிச்சு மட்டை ஆயி அதோட இன்னைக்கு நடந்ததை மறந்துடுவான் என்று சிரித்தான்.

ஆனால் அபு சந்தோஷம் வந்தால்தான் குடிப்பான்... இரவெல்லாம் குடிப்பான்! தான் நினைத்த காரியம் நடக்கவில்லை என்றால் அவன் வைத்த புள்ளியில் ஒரு பெண் சிக்கவில்லை என்றால் பச்சத்தண்ணி கூடக் குடிக்காமல், திட்டம் தீட்டுவான் என்பது இவர்கள் அறியாதது.

11

அபுவிற்கு இரண்டு எரிச்சல்.

ஒன்று தயாரிப்பாளர் தன்னிடம் கூடத் தொடர்பு கொள்ளாதது. நிர்விதாவை அடக்க... கதறி அழ வைக்க... அவர் போட்டிருக்கும் திட்டத்தில் தன்னையும் சேர்த்துக் கொள்ளவில்லை என்பது. இரண்டாவது நிர்விதா. எதற்கும் ஒத்து வராத பொம்பளை! திமிர் பிடித்தவள்! ‘என்னதான் சினிமா ஆசைனாலும் இப்படியா தாலியோட ஒருத்தி கழட்டிக் கொடுப்பா... து!’ எனத் துப்பினான்.

சற்றுக் கோபம், எரிச்சல் அடங்கியதும் தயாரிப்பாளரை அழைத்துப் பார்க்கலாம் எனக் கைபேசியைக் கையில் எடுத்தான்,

அவரிடம் இருந்து அழைப்பு வந்தது எடுத்த எடுப்பில்

"என்னடா என் பணம் இல்லாத நகையை வித்துப் படம் பண்றீங்களாமே? முடிச்சு ரிலீஸ்கூடப் பண்ணப் போறீங்களாமே?" எகத்தாளமாகச் சிரித்தார். ஆனால் அதில் கோபம் கொப்பளித்தது.

"அண்ணாச்சி! நான் என்ன செய்வேன்... என் மேல என்ன கோபம்? அந்தத் திமிர் பிடிச்சவ சினிமானா லேசா நெனச்சுட்டா..."

"நிறுத்துடா! நீயும்தானே சேர்ந்து... இல்லை... நீ தானே? இந்தப் புண்ணாக்குக்கு சினிமா தெரியாது... க்ரேன் இல்லாம 'க்ரேன் ஷாட்' எடுத்துட்டு அதையும் பட்ஜெட்ல சேக்கலாம், ஹெலிகாப்டர் இல்லாமலே 'பர்ட்ஸ் ஐ வ்யூ ' ஷாட் எடுத்துட்டு அதுக்கும் ரெண்ட் போட்டுச் சுருட்டலாம், பொம்பளை இல்லாமலே 'பொம்பள ரோபோ' கொடுத்து இந்த கேனையனை இருட்டுல ஏமாத்தலாம்னு சொன்னியாம்..." கடுமையாகச் சாடினார்.

அபு தலை வெடித்தது. 'நான் சொன்னது ஒன்றே ஒன்று. இத்தனை அடுக்கறான். எந்த நாயி போட்டுக் கொடுத்திருக்கும்?' அவன் கண் முன் வேகமாக நிர்விதா, ரகு, சரவணன், மோகன், ரவி வந்து சென்றனர்.

"என்னடா யார் போட்டுக் கொடுத்தானு யோஸிக்கறயா? டேய் ஈழத்துல செக்காட, இங்கிருந்து பதம் பார்த்த பரம்பரையில் வந்தவன்டா நான்! தண்ணிக்குள்ள போற அட்டைக்கு எத்தனை கால் எத்தனை கைனு சொல்வண்டா... ஒனக்கும் எனக்கும் ஓரே வயசுதான்... நான் எங்க இருக்கேன் நீ எங்க இருக்க? என்ன நீ ஏமாத்துவாயா!"

என்ன ஜென்மம்டா நீ? அந்தப் பொண்ணு தாலியோட கழட்டிக் கொடுத்தா... தாலியை லூட் அடிச்சி வீட்ல வச்சிருக்கயாம்ல."

அவ்வளவுதான் அபு அவரின் குண்டு மழையில் தூள் தூளாகச் சிதறினான். "பாஸ் பாஸ் மன்னிச்சிடுங்க பாஸ் எப்படி எப்படி... நான் ஒரு ஏழை எச்சக்கலை நாயி என் பொழப்பு அப்படி மன்னிச்சிருங்க பாஸ்" எனக் கதறி அழுதான்.

"சீ நிறுத்துடா அழுகையை! இனிமே இந்த 'டபுள்ஸைட் கோல்' போடற வேலை வச்சுக்காதே!"

"பாஸ் மன்னிச்சிடுங்க பாஸ்! இனிமே இந்த நாய் உங்க அடிமை! நான் என்னைக்குமே அப்டிதான். அவள நம்ம வழிக்கு கொண்டு வரதுக்கு அப்படி இப்படி பேசிருப்பேன் பாஸ்... கொண்டு வருவேன் பாஸ்" என இளித்தான்.

அவரும் குரல் மாறி "என்னடா அன்னிக்கு அப்படி பத்தினி ஆட்டம் ஆடுனா... இன்னைக்குத் தாலியவே கழட்டீட்டா..." ஆர்வமாகக் கேட்டார்.

"அண்ணாச்சீ நான் கூடக் கேட்டேன். என்னதான் புருஷன விட்டுப் பிரிஞ்சிருந்தாலும்... இது தப்பும்மா... நாளைக்குச் சேர வேண்டாமானு'... அதுக்கு அவ, 'இனிமே புருஷனே இல்லைனு ஆயிடுச்சு அபு... அவன் கட்ன தாலி மட்டும் எதுக்குனா?" என தன் சாத்தான் மூளையை கட்டவிழ்த்துப் பொய் சொன்னான்.

"அப்டீனா... படம் முடியறவரை காத்திருக்க..."

"வேண்டாம் அண்ணாச்சீ நான் ஏற்பாடு பண்றேன்" என இளித்தான்.

"சீக்ரம் செய்" என மீண்டும் உறுமினார்.

"பாஸ் யார் உங்களுக்கு துப்பு சொல்றது?"

அந்தப் பக்கம் தொடர்பு துண்டிக்கப்பட்டது. அபு மீண்டும் தொடர்பு கொண்டபோது... கைபேசி அவர் எந்த அழைப்பையும் ஏற்கவில்லை என்றது. அடுத்து தொடர்பு எல்லைக்கு அப்பால் என்றது.

அபு வெறுத்து... கைபேசியை கீழே வைத்துவிட்டு... யார்? யார் அவன்? நான் தாலியை வீட்டில் பதுக்கியது வரை சொல்லீயிருக்கான்? நான்கு உதவி இயக்குனரும் படப்பிடிப்பில்தான் இருந்தார்கள். அப்படியானால் யார்? யார் அவருக்குத் துப்புக் கொடுப்பது. அவனால் கண்டுபிடிக்க முடியவில்லை. படிப்பிடிப்பு ஆரம்பித்த முதல் நாளில் இருந்தே அவரைச் சார்ந்த யாரும் வரவில்லை. அபு கேட்டபோதுகூட "நீதான் இருக்கியே என் ஆளு" என்றார். ஆனால் இன்னைக்கு என்னைக் கண்காணிக்க... ஒருத்தன்.

அபு முதல் முறையாக அவரை எண்ணிப் பயந்தான்.

எப்படியாவது உடனே அவர் சொன்னதை செய்துவிட்டு, இந்தக் கூடாரத்தைக் காலி செய்துடனும், என முடிவெடுத்தான். இருந்தாலும் அவனுக்கு உறக்கம் வரவில்லை. யார் அந்த ஒற்றன் என்ற கேள்வி அவன் மூளையைக் கசக்கியது.

நிர்விதா நகைகள் நான்கு நாட்கள் தாக்குப் பிடிக்கலாம். பிறகு வழிக்கு வந்துதான் ஆகணும். அவளுக்கு இருக்கும் வெறிக்கு! சினிமா வெறிக்கு நம் வழிதான் என மீண்டும் ஒரு தப்புக் கணக்கு போட்டான்.

நிர்விதா எட்டு மணிக்கு வீடு வந்தாள். குழந்தைகள் தூங்கவில்லை. ஆசை தீரக் கொஞ்சினாள்.

"அம்மா பிலிம் முடிச்சிட்டயா? எப்ப ரிலீஸ்?" என மகள் கேட்டதும் நிர்விதாவிற்கு, அவளே விடை தெரியாமல் நிற்கும் கேள்வி எனத் தோன்றியது. இதுவும் நீலத்திமிங்கல விளையாட்டுப் போல இழுத்துச் செல்லுமோ? விபரீத முடிவுகளைக் கொண்டு வருமோ? அவள் மனம் கசந்தது. நாக்கும் கசந்தது.

நிர்விதா படுத்ததும் உறங்கிவிட்டாள். ஆனால் நடுவில் உறக்கம் கலைந்தது. கைபேசி காலை நான்கு மணி காட்டியது. அவள் மூளையும் சிந்திக்க ஆரம்பித்தது.

இனி என்ன? என்ன செய்யப் போகிறாய்? இந்த வீடு இன்றைய நிலவரப்படி இரண்டு கோடிக்கு விற்கலாம்... ஆனால் தங்கைகள் ஒப்புதல் வேணும், அம்மா உணர்ச்சி வேகத்தில் சொல்கிறாள். ஒரு தங்கையின் மாமியார் ஏற்கெனவே "இங்க வாடகை இருபதாயிரமாமே அதை மூணுபங்காப் பிரிச்சு என் மருமகளுக்கு ஒரு பங்கு கொடு' என்று கேட்டவள்.

"என் வீட்ல... என் புருஷன் கட்ன வீட்ல நா இருக்கேன்! எவளுக்கும் எதுவும் கொடுக்க முடியாது நா இருக்கற வரை.

இது என் வீடு மட்டும்தான் என அம்மா பதில் கொடுத்தாள்.

அபு சொன்னது அவள் காதில் மீண்டும் ஒலித்தது. "எத்தனை நல்ல படம் முகவரி இல்லாம பெட்டீல தூங்குது தெரியுமா?" இதை விற்று நான் மட்டும் எடுத்துக்க முடியாது... விற்றாலும்... நாளை படத்தை விற்று, மீண்டும் வாங்க முடியும் என்ற உறுதி இல்லை

அம்மா எழுந்து வந்து அவள் தலையைத் தொட்டு "என்னடீ

கனவா? துர்சொப்பனம் கண்டா உடனே தண்ணி குடி" எனக் கூறி தண்ணீர் கொடுத்தாள்.

நிர்விதாவிற்கு தூங்காமலே முன்தினம் கண்ணில் கண்ட காட்சி நினைவு வந்தது. அம்மாவிடம் சொன்னாள்.

அம்மா துள்ளிக் குதித்தாள். "ஆஹா ஏழாவது தலைமுறை! ஏழு மூட்டைத் தங்கம் உனக்குத் தாண்டீ கிடைக்கப் போகுது..." உன் கஷ்டம் எல்லாம் விடியப் போகுது...!" குதூகலித்தாள்.

"என்னம்மா சொல்ற?! ஒண்ணும் புரியலையே?"

"நம்ம குலசாமியே வரம் கொடுத்திடுச்சு. நீ கண்டிப்பா ஜெயிப்பே..."

"அம்மா ஏதாவது புரியும்படிச் சொல்லு!"

அம்மா குஷியாக "சொல்றண்டி அது ஒரு பெரிய விஷயம் டீ... எங்கப்பா குடும்பத்துக் கதை... எங்கப்பாக்கு அஞ்சு தலைமுறைக்கு முன்னால... ஜமீன்தாராம்... எந்த ஊரு...? பேர் ஞாபகம் வரமாட்டேங்குது... ஆனா அந்த ஜமீன்தார் ரொம்பக் குடிப்பாராம்... அதுனால அந்தக் கொள்ளுப்பாட்டி, வெள்ளிக்காசா இருந்தா... தங்கக்காசா இருந்தா அதிகம் குடிப்பாருனு... அப்பப்ப இருக்கற தங்கக்காசெல்லாம் உருக்கி நாழி ஓடாச் செஞ்சு... சாக்கு மூட்டைல கட்டி... அந்தம்மா அறைக்கு கீழே இருந்த பாதாள அறைல சேத்து வச்சுதாம். தங்கத்த உருக்கி நாழி ஓடாச் செய்து கொடுத்த ஆசாரிக்கு ஏழு மூட்டை சேர்ந்ததும்... ஆசை வந்து தனக்கு கொஞ்சம் கேட்டானாம்... அந்தம்மா "நான் கட்டிக் கொடுக்க அஞ்சு பொண்ணு வச்சிருக்கேன், உன் கொள்ளிக் கண்ண இதுல வச்சிட்டயானு திட்டிச்சாம்.

அவ்வளவுதான்... ஆசாரிக்கு மனதில் வன்மம் வந்திச்சாம். உடனே போயி ராஜாட்டப் போட்டுக் கொடுத்தானாம்.

ராஜாவோட ஆட்கள் அதைப் பறிமுதல் செய்ய வந்ததும் அந்த பாட்டி 'ஆ...ன்னு கத்தி ராஜதண்டனைக்குப் பயந்து உசிரை விட்டிருச்சாம். இது தெரியாம அவங்க புருஷன் 'ஜமீன்தார்' அரசாங்க ஆளுடன் பாதாள அறைக்குப் போனாராம். அங்கே ஒன்றும் இல்லை. திரும்பி வந்து பார்த்தா, பாட்டி உசிரோட இல்லை.

பிறகு 'சேவல் வெட்டி' பலி கொடுத்துக் கேட்டப்ப... அந்தப் பாட்டியோட ஆவி, நா இப்ப தரமாட்டேன் பூதமா நின்னு இதைப் பாதுகாத்து... ஏழாவது தலைமுறைக்குத்தான்

கொடுப்பேன்னு சொல்லிடுச்சாம்'' அம்மா பொதுவாக குழந்தைகள் தூங்குகிறார்கள் என்று மெதுவாகப் பேசுவாள். ஆனால் இந்தக் குடும்பக் கதையை ஆசையுடன் சப்தமாகச் சொன்னாள். நிர்விதாவும் கதை சுவாரஸியத்தில் இருந்தாள்.

“பாட்டி கதை சூப்பரா இருக்கு! என்று மகள் சொன்ன பிறகே நிர்விதா பார்த்தாள்.

“நீ எப்படி எழுந்து வந்தே...” வியப்புடன் கேட்டாள்.

“ஏழு மூட்டைத் தங்கம், செவன் பேக்ஸ்... கோல்ட்... ரைட்டா? அப்ப முழிச்சேன்” என்று சிரித்தாள். எந்த விஷயமா இருந்தாலும் தமிழில் சொன்னாலும் அதை ஆங்கிலத்திலும் சொல்லி சரி பார்த்துக் கொள்ளும் பழக்கம், அவளுக்கு.

“பாட்டி அதுக்கு ஏதாவது வீடியோ கேம் இருக்கா... சொல்லுப் பாட்டி நான் ப்ளே பண்ணி சக்ஸஸ் பண்றேன்... கோல்ட் எடுத்துரலாம்...”

நிர்விதாவின் சிரிப்பு அந்தரத்தில் நின்றது. வீட்டில் எந்த விளையாட்டும் கிடையாது... கைபேசியிலும் கிடையாது. பிறகு எப்படி... ஏழு வயதில்...‘வீடியோ கேம்’ தெரிந்தது? மாலை அம்மா சுதந்திர தினப் பூங்காவிற்குத்தான் விளையாட அழைத்துச் செல்வாள். பதட்டத்துடன் “உனக்கு எப்படி வீடியோ கேம்... தெரியும்?” மகளை இறுக்கமாகப் பிடித்துக் கேட்டாள்.

அவள் பயந்தபடி “அம்மா ஸ்கூல்ல எங்களுக்கு ரைம்ஸ் போட்டு லேப் டாப் கொடுக்கறாங்கல்ல... அதுல எங்க குரூப் லேப் டாப்ல இருந்துச்சு! ரேயான்னு ஒரு பாய் (Boy) இருக்கான்ல அவன்தான் இது வீடியோ கேம்... விளையாடலாம்னு கத்துக் கொடுத்தான். நானும் காவ்யாவும் நல்லா ‘டிரஷர் ஹண்ட்’ (Treasure hunt) பண்ணுவோம். எங்கிட்டச் சொல்லு பாட்டி நான் பூதம்கிட்ட இருந்து விளையாடி வாங்கறேன்'' என்று முடித்தாள்.

அவள் கண்கள் ஆசையில் மின்னியதைக் கண்டு நிர்விதாவின் இதயம் துடிக்காமல் இரத்தத்தை உறைய வைத்தது. என்ன சொல்வது என்ன செய்வது என்பது புரியாமல் திகைத்த போது...

அபு கைபேசியில் வந்தான். “நீரும்மா குட் நியூஸ்... ஸார் லண்டன்ல இருந்து வந்துட்டார்... இப்ப ஏழு மணிக்கு வந்து ரெண்டு நாள் பணமும் சேர்த்து வாங்கிக்கச் சொன்னார்''

என்று கூறினான். நிர்விதாவின் நின்ற இதயம் ஓடத்துவங்கியது. தலைக்கு மேல் பறந்து குண்டுபோடத் தயாராக நின்ற விமானம் விலகியது போல நிம்மதி ஆனது... உயிர் பயம் விலகியது.

கண்ணை மூடியதும் கண்ணுக்குள் கோவில் வாசலில் தானும் குழந்தைகளும் பிச்சைக்காரர்களுடன் அமர்ந்திருக்கும் காட்சி, ஒன்று வந்து வந்து அவளை இரண்டு நாளாகத் துன்புறுத்தியதும், கண்ணை விட்டு விலகியது.

அடுத்து ரகு, சரவணன், ரவி, மோகன் இதே செய்தியைச் சொல்லி சந்தோஷப்பட்டனர்.

ஆனால் அவள் மனதை மகளும் நீலத்திமிங்கல விளையாட்டும் துன்புறுத்தியது. அதுவும் தெரிந்துவிடுமோ? அந்த விளையாட்டும் விளையாடி விடுவாளோ பதறியது மனம்.

கைபேசியை அணைத்தே விட்டாள். மகளை அணைத்து "இங்க பாரும்மா இது சும்மா டூப் கதை... பூதம், பேய், பிசாசு எதுவும் நிஜம் கிடையாது புரியுதா? அதே மாதிரி இந்த வீடியோ கேமும் சும்மாதான், நிஜம் கிடையாது! புரியுதா? நீ வெளியே போயி விளையாடறதுதான் நிஜ விளையாட்டு புரியுதா?"

குழந்தை புரியாமல் புரிந்ததாகத் தலையாட்டியது. அம்மாவும் புரியாமல் முறைத்தாள்.

குழந்தை கணினி விளையாட்டு மூலம் தங்கம் எடுக்கலாம் என... உண்மை என நம்புவதுபோல... அம்மாவும், பூதம் ஏழு மூட்டைத்தங்கம், உண்மை என நம்புவது, நிர்விதாவிற்கு சங்கடமாக இருந்தது.

12

நிர்விதா தீவிரமாகச் சிந்தித்தாள். அம்மாவை அழைத்தாள்.

'அம்மா இன்னைக்கு ஸ்கூல் போக வேண்டாம் ரெண்டு பேரையும் வீட்ல வச்சுப் பாத்துக்கோ!"

‘‘ஏன்?... இன்னைக்கு டெஸ்ட் இருக்காம்!’’ அம்மா கவலையுடன் சொன்னாள்.

அம்மா ரெண்டு நாள் ஷூட்டிங் முடிஞ்சு ஒரு பத்து நாள் ஓய்வு! அப்ப பேசி பிள்ளைகளை நான் வேலை பார்த்த ஸ்கூல்ல சேர்த்து விடறேன்!

“ஏண்டீ... ஏன்? மாப்ளை ஊர்லயே நல்ல ஸ்கூல் இதுதான்னு சொல்வாறே?”

“அம்மா ஊர்லயே பணக்கார ஸ்கூல் ‘பீஸ்’ அதிகம் வாங்குற ஸ்கூல்... இப்ப ‘லேப் டாப்’ல ரைம்ஸ்... இதுல வீடியோ கேம்ஸ் எப்படி வந்துச்சு? இதெல்லாம் விசாரிக்கணும்! நான் அப்பவே இந்த ஸ்கூல் வேண்டாம்னுதான் சொன்னேன்! பிள்ளைகளை இப்படி ஸ்கூல்ல படிக்க வைக்கறது ‘பிரெஸ்டிஜ் இஷ்யூ...’ பெத்தவங்களுக்கு. அடுத்த வருஷத்துல இருந்து, எல்லாரும் அங்கியே தங்கிப் படிக்கணுமாம். கண்டிப்பாம். வேண்டாம்மா! இந்த ஸ்கூல்.”

எதுக்கும் மாப்ளைகிட்ட ஒரு வார்த்தை கேட்டுக்கலாம். கஷ்டப்பட்டு இந்த ஸ்கூல்ல அட்மிஷன் வாங்குனாரே?”

“அம்மா உனக்கு ரோஷமே கிடையாதா? ரெண்டு வருஷமா அத்தனை பாசக்காரன் பிள்ளைகளை எட்டிக்கூடப் பாக்கலை... ஏன்?” கத்தினாள் நிர்விதா.

‘‘நீ இப்படி தனியாளா எவ்வளவு காலம் கஷ்டப்பட முடியும்? சொல்லு...” அம்மா. நிர்விதா எதுவும் பேசாமல் படப்பிடிப்பு செல்லத் தயாரானாள்.

தனியாளா எவ்வளவு தூரம் கஷ்டப்படுறியோ படு! கடைசியில் முடியாம என் கால்ல விழுந்து மன்னிப்புக் கேட்கப் போகிறாய்! பொம்பளை தனியாளா ஜெயிக்க முடியாது! தாலி கட்டிய ஏழு வருடங்கள் குடும்பம் நடத்திய கணவன் கறுவுகிறான்.

அறிவு இருந்தாலும், திறமை இருந்தாலும் பணம் போடுறவனுக்கு ‘அட்ஜஸ்ட்’ பண்ணாம தனியாளா நின்னு ஜெயிக்க முடியாது என அறிவுறுத்த இரண்டு நாள் பணம் தராமல், பதற வைக்கிறான் ஒரு ஆண். அவனுக்கு ஒத்து

ஊதுகிறான் ஒரு ஆண்.

இரண்டு நாள் தவிக்க விட்டு... பாடம் புகட்டுகிறார்களாம். நிர்விதாவிற்கு ஒரு பக்கம் சிரிப்பு வந்தது.

தன் குழந்தைகளின் எதிர்காலம் குறித்து எண்ணியபோது பயமாக இருந்தது.

அம்மாவிடம் கண்டிப்பாகப் பள்ளிக்கூடம் அனுப்ப வேண்டாம் எனக் கூறினாள். குழந்தைகளுக்கு தேவதைக் கதைகள், பக்திக் கதைகள், பேய் கதைகள், சொல்ல வேண்டாம். நீதிக் கதைகள் மட்டும் சொன்னால் போதும் எனக் கண்டிப்பாகச் சொன்னாள்.

அன்று படப்பிடிப்பில் அபு 'தேசிய விருது' வாங்கிய இயக்குனர் போலத் திரிந்தான்.

பணம் வாங்கி வந்ததும் "நீரும்மா உன் இரண்டு நாள் பணம் கணக்குப் பார்த்து வாங்கிக்கோ! நான் ரவிகூடப் போயி உன் வீட்டில் அம்மாகிட்டக் கொடுக்கறேன்... என அவள் பதிலைக்கூட எதிர்பாராமல், "ரவி வாடா" என மிரட்டலாக அழைத்தான். திரும்பி வந்து தன் வேலையைக் காட்டினான்.

படப்பிடிப்பின்போது நிர்விதா வில்லன் நடிகர்... பதினான்கு வயதுப்பெண், அவள் அம்மா, அத்தை நடிக்கும் காட்சியை "டேக் ஓகே" க்ளோஸ் அப்ஸ் எடுத்துடலாம்" என்றபோது, "இல்லை நீரும்மா ஒன் மோர் போயிடலாம் அந்தப் பொண்ணு ஐ பால்ஸ் வேவரிங்கா இருந்துச்சு!" என்றான்.

ஜவரணி கோபத்தில் கொந்தளித்தது. நிர்விதா கோபத்தை அடக்கி "லைட்ஸ் ஆப் ப்ரேக்" என்றாள்.

மோகன் அபுவை அடிக்கப் போனான் சரவணன். "என்ன நீங்க அஸோஸியேட் டைரக்டர் ஆயிட்டீங்களா?" எனக் கிண்டல் அடித்தான்.

ரகு அவனை இழுத்து வந்து, பதிவானதை மீண்டும் ஓட்டிக் காட்டினான். சின்னப் பெண்ணின் கண்கள் சரியாகத்தான் உணர்ச்சியைக் காட்டியிருந்தது. அபு "ஸாரி நீரும்மா என் கண்தான் சரியில்லை! கண்ணாடி போடணும்போல" எனப் போலியாக நடித்தான்.

யாரும் எதிர்பாராத விதமாக ரவி அவனைப் பின் மண்டையில் தன் கைபேசியால் அடித்து, "உன் வேலை எதுவோ அதை மட்டும் பார்" என உறுமினான். சின்னப் பையன் ரவி இப்படிச் செய்தது அபுவுக்கே அவமானமாக இருந்தது. சட்டென அந்த இடத்தைவிட்டு வெளியேறினான். கைபேசியில் தயாரிப்பாளரை அழைத்து "அண்ணாச்சீ நீங்க சொன்ன மாதிரி நல்லா டார்சர் பண்ணிக்கிட்டு இருக்கேன்! பாருங்க இரண்டே நாள்ல கதறிக்கிட்டு நம் வழிக்கு வந்திடுவா..." என இளித்தான்.

தயாரிப்பாளர் சப்தமாகச் சிரித்து "செம டோஸ் வாங்னையாம்... சின்னப் பய ரவி கையால அடி வாங்னயாம்..." என மீண்டும் சிரித்து "உருப்படியா ஏதாவது செய்! சில்லறைத்தனம் பண்ணாதே!" கடுமையாகக் கூறி துண்டித்தார்.

அபு உண்மையில் இவன் மனுஷனா... ஆவியா... பிசாசா எனப் பயந்தான். சே! இவனுக்கு யார் ஒற்றன்? அந்த நாயை வைத்தே காரியத்தை முடிக்க வேண்டியதுதானே? நான் எதுக்கு?'' எனப் புலம்பியபடி பத்து இளநியை வாங்கிக் கொண்டு, 'ஒரு ப்ரொடக்ஷன் பாய்'கூட உதவிக்கு கிடையாது! மேனேஜரும் நான் தான் எல்லாம் நான்தான்... கஞ்சப்பய' என தயாரிப்பாளரைத் திட்டியபடி இளநீரை வில்லன் நடிகர், அவர் மச்சான் என்று கொடுத்து 'ரவி நீயும் ஒண்ணு குடி உன் டென்ஷன் குறையும்" எனக் கொடுத்தான். இவர்களால் சிரிப்பை அடக்க முடியவில்லை. அபுவும் சேர்ந்து சிரித்தான்.

அபுவின்மீது அவர்களுக்கு கோபமும் வெறுப்பும் கடலளவு இருந்தது. 'இந்த வயதில் என்ன பொழப்பு இவனுக்கு... சீசீ என காறித்துப்பத் தோன்றியது.

ஆனால் முடியவில்லை. அவன் தான் தயாரிப்பாளரைக் கொண்டு வந்தவன். நிர்விதா மீது புள்ளி வைத்துதான் தயாரிப்பாளர் பணம் இறக்குகிறார் என்பதும், அவர்களுக்குத் தெரிந்த சோகம்தான்.

இருந்தும் என்ன செய்வது? இவர்களை எதுவும் செய்ய இயலாமல் பொறுத்துக் கொண்டனர்.

'எதுவுமே நடக்காத மாதிரி ரவிக்கு இளநி கொடுக்கறான் மானங்கெட்டவன்' என ரகு மனதில் வைது கொண்டான்.

நிர்விதா எதுவுமே சொல்லாது படப்பிடிப்பைத் தொடர்ந்தாள். அன்று ஆறுமணிக்கெல்லாம் திட்டமிட்டபடி காட்சிகளை முடித்துவிட்டபோது அபு 'பேக் அப்' என குரல் கொடுத்தான். "தேங்க்யூ அபு எனக்கு தொண்டை சரியில்லை, நீ சொல்லீட்ட..." எனச் சொல்ல மற்றவர்கள் சிரித்தனர்.

அபு சுற்றிலும் பார்த்தான். இதை யார் யார் கவனிக்கிறார்கள். யார் அந்தக் 'கறுப்பு ஆடு' என்பது அவன் கவலையானது.

அபு அன்று வாங்கி வந்த பணத்தில் அதுவரை கொடுக்காமல் பாக்கி வைத்திருந்த அனைவருக்கும், நிர்விதாவிடமும் கலந்து பேசி கொடுத்துவிட்டான்.

அனைவருக்கும் திருப்தியாக இருந்தது.

ரகு அப்பாவும், சரவணன் அப்பாவும் "இனி எந்தப் ப்ரச்னையும் இல்லாம ஷூட்டிங் போகும்?" என மகிழ்ச்சி அடைந்தனர்.

அபுகூட அப்படித்தான் நினைத்தான் அடுத்த நாளுக்கான செலவுப் பட்டியலை அவரிடம் கொடுத்துவிட்டு,

"அண்ணே யார் அண்ணே அது உடனே உடனே துப்புக் கொடுக்கறது" அவன் கேட்ட விதத்தில், இவன் தலை வெடிப்பது புரிந்து அவர் வெற்றிச் சிரிப்புச் சிரித்தார்.

"டேய் இந்த லைட் பாய் முருகன் கேட்டா, அந்த வில்லன் 'கசாட்டா', கால்ஷீட் கொடுத்தான்? அவன் உண்மை பெயர் தெரியுமாடா உனக்கு? கோமதிநாயகம். வில்லன் சிரிப்புச் சிரித்தார், இவர்.

"அண்ணாச்சீ உங்களுக்கு எப்படித் தெரியும்?" வியப்பு, பயம் இரண்டும் கலந்து கேட்டான்.

"அவன் மச்சான் நம்ம ஆளுடா! இதப் பார் அக்ரிமெண்ட்... என்ன சம்பளம் பாத்தியா... ஒரே செக்கா கொடுத்திருக்கேன்" பெருமிதமாகக் காட்டினார். அவர் கையெழுத்தும் காரியாலய அச்சும் இருந்தது. "சரவணன் அப்பா 'முருகன்' பேசின சம்பளம்... டெய்லி பேமெண்ட் பண்ணீருக்கமே..." பதறினான் அபு.

"அது அவன் மச்சானுக்குடா... என்னை கேனையன்னு

நீ நெனக்குறது எனக்குத் தெரியும்டா...! அதான் அவனை உனக்குச் செக் மேட்டா வச்சேன்! அவன் என் ஜாதிடா... லீ ராயல் மெரிடியன்ல கூப்டு பார்ட்டி கொடுத்தண்டா! அபு முகம் பத்துப் பேய் அடித்தது போல ஆனது. 'அடப்பாவிகளா அரசியல்வாதிக்கு தான் ஜாதினா... உனக்குமா?' எண்ணினான். "இனிமே ஒழுங்கா இரு புரியுதா? நான் சொல்றபடி மட்டும் கேளு! உன் குறுக்கு சால் ஓட்ற புத்தியை விடு!'' அபு வாய்திறக்கவில்லை. தலையை மட்டும் ஆட்டினான்.

''நாளைக்கு காலைல நாலு மணிக்கு போன் பண்ணி ஷூட்டிங் கான்சல்னு நான் சொன்னேனு சொல்லு! புரியுதா? என் தாத்தா செத்துட்டாருனு சொல்லு..." அபு தயக்கத்துடன் பார்த்தான்.

"அவர் ஏற்கெனவே டிக்கெட் வாங்கீட்டாரு... தப்பில்லை" என வில்லன் சிரிப்புச் சிரித்தார்.

"அடுத்த மூவ் என்னனு நாளைக்குச் சொல்றேன்... இந்தாடா நல்லா என்ஜாய் பண்ணு..." என ஒரு ஐநூறு ரூபாய் நோட்டைக் கொடுத்தார்.

"அண்ணாச்சீ... சரி அண்ணாச்சீ..." என அபு வழிந்தான்.

ஆனால் அவன் மனம் கொதித்தது. 'உன் ஜாதிக்காரனுக்கு மட்டும் லட்சத்தில் வாரி விடறே... எனக்கு ஐநூறா...' என்று மனம் கசந்தது.

அவன் நேராக தன் வீடு வந்தான். இரவு முழுவதும் நிர்விதாவை உடனே வழிக்கு கொண்டு வர... என்ன செய்யலாம் என பல திட்டங்களை பரிசீலனை செய்தான்.

முடிவாக இதுவரை அவன் செய்திராத ஒரு குற்றத்தைச் செய்ய முடிவு எடுத்தான். "இதுதான் சரி. கதறிகிட்டு வருவா" என அவன் மனம் கறுவியது.

நிச்சயமாக தன் செல்வாக்கு தயாரிப்பாளரிடம் உயரும் என எண்ணி அவன் மனம் மகிழ்ந்தது. அவன் செயல் அவனுக்கு நியாயமாகப்பட்டது. நிர்விதா அன்று நிம்மதியாகத் தூங்கினாள். காலை நான்கு மணிக்கு அபு கைபேசியில் வந்தபோதுதான் விழித்தாள்.

"நீரும்மா... ஸாரி... உன்னை இந்த நேரத்துல எழுப்பறேன்... மீடியா தெரியாத பேயை தயாரிப்பாளர் ஆக்கினது என் தப்புதான்... உன்னை இழுத்து விட்டது அதைவிடத் தப்பு! என்னை மன்னிச்சிடு! நிர்விதா "விஷயம் என்ன சொல்லு!" எரிச்சலுடன் கேட்டாள் "பாரும்மா இன்னைக்கு ஷூட்டிங் கான்சல் பண்ணு! என் தாத்தா செத்துட்டாருனு சொல்லுடாங்கறான்... நான் என்ன செய்ய... உனக்கு எத்தனை அதிர்ச்சியா இருக்கும்னு, எனக்குத் தெரியும்" என்று அழுவது போலப் பதில் சொன்னான்.

"சரி விடு அபு! அவர் இப்படி ஏதாவது தந்திரம் செய்யாம இருந்தாதான் ஆச்சரியம்! நீயே எல்லாருக்கும் தெரியப்படுத்து... முதல்ல காமிராமேன் அப்றம் நடிகர்கள்... வில்லன் நடிகர் ரகு, சரவணன்... மோகன், ரவி... லைட்ஸ்க்கு சரவணன் சொல்லிடுவான், உணவுக்கு ரகு... பார்த்துச் சொல்லிடுங்க..." மிகச் சாதாரணமாகச் சொல்லிவிட்டு உறங்க ஆரம்பித்தாள் நிர்விதா அம்மாவும் விழித்து... கேட்டுக் கொண்டாள்.

காலை எட்டு மணிக்குதான் அம்மா அவளை எழுப்பினாள். அம்மாவும் வீட்டை விற்றாவது படத்தை முடிக்க வேண்டும் என்ற முடிவுக்கு வந்துவிட்டதால் பதட்டப்படவில்லை.

நிர்விதாவும் பதட்டப்படவில்லை. அபு படப்பிடிப்பில் செய்த அடாவடிகள் தயாரிப்பாளர், பதுங்கிப் பாயப் போகிறார் என அவளுக்கு நேற்றே உள்ளுணர்வு உணர்த்தியது, அவளும் ஒரு தீர்மானத்துக்கு வந்து விட்டாள். மீட்டர் குமார் அவளை சினிமா எழுத்தாளர் சங்கத்தில் உறுப்பினர் ஆக்கி இருந்தார்.

இது மிகவும் ஆபத்தானதுதான் முதல் படத்திலேயே தயாரிப்பாளர் மீது புகார் செய்வது. இருந்தும் இந்தப் படம் மகத்தான வெற்றி பெறும் என்ற நம்பிக்கை அவளுக்கு வந்துவிட்டது. அம்மாவே கதைமீது நம்பிக்கை, இல்லை தன் மீது நம்பிக்கை வைத்துவிட்டது அவளுக்குத் தெம்பாக இருந்தது. நான் கர்ணன் ராசி இல்லை. அம்மாவின் ஆசிர்வாதம் கிடைத்துவிட்டது.

அவள் முதல் வேலையாக பள்ளிக்கு அழைத்துப் பேசினாள்.

பள்ளியில் அப்படி எந்த கணினியிலும் விபரீத விளையாட்டுக்கள் இல்லை எனக் கோபமாகக் கத்தினார்கள். ஆங்கிலத்தில் நிர்விதா பொறுமையாக, குழந்தைகள் நலன் கருதி தயவு செய்து கணினியைப் பரிசோதித்துப் பாருங்கள். அடுத்து நீலத்திமிங்கல விளையாட்டு இருந்தால் ஆபத்து'' என ஆங்கிலத்தில் சொல்லும்போதே... குறுக்கிட்டு கத்தினாள் தலைமை ஆசிரியை. தமிழில் "அத நாங்க பாத்துக்கறோம்; உங்களுக்கு பயமா இருந்தா டி.ஸி. வாங்குங்க...!'' தொடர்பு துண்டிக்கப்பட்டது.

அம்மா, "என்னடீ சொல்றாங்க...?''

''ம் ரொம்பக் கேவலமாகக் கத்தினாங்க'' சிரித்தாள் நிர்விதா.

"என்னடீ சிரிக்கற, உன்னைப் புரிஞ்சுக்கவே முடியலை...'' அம்மா ஆச்சரியப்பட்டாள்.

''அம்மா எல்லாமே நல்லதுக்குதான். இப்ப அன்பா பாக்குறங்கனு சொல்லிருந்தா நானும் அப்படியே விட்ருப்பேன். இப்ப குழந்தைங்க மேல அவங்களுக்கு எந்த அக்கறையும் இல்லைனு புரிஞ்சிடுச்சு! நான், பெத்தவங்களுக்குனு "வாட்ஸ் அப்' குழு இருக்கு, அதுல போட்டு மத்தவங்களுக்கும் ஷேர் பண்ணச் சொல்வேன்; முகநூலிலும் போடுவேன்! குழந்தைகளைக் காப்பாற்ற என்னால் முடிந்ததைச் செய்வேன்'' என்றாள்.

"அது சரி ஏன் இன்னைக்கு ஷூட்டிங் கேன்சல் ஆச்சு?''

"அந்த தயாரிப்பாளர் தாத்தா இறந்துட்டாராம்...'' எனச் சிரித்தாள்.

"என்னடீ பாவம் இதுக்கும் சிரிக்கறே?''

"அம்மா அது உண்மை இல்லை பொய்! சிரிக்காம என்ன செய்யறது? அவங்க இப்படிச் செய்தா... நான் கதறிக் கால்ல விழுவேன்னு நினைக்கறாங்க... நான் அடுத்தபடிக்குத் தாவப் போறேன். ஒரு நாளும் பணிய மாட்டேன் என்றாள் நிர்விதா. அவளிடம் பழைய தைரியம் வந்து விட்டது. இடையில் ஏற்பட்ட மனத் தொய்வை வென்று விட்டாள்.

அதே சமயம் அபு நிர்விதா கதறிக்கிட்டு இன்று வழிக்கு வந்தே ஆகணும், என்று கறுவியபடி என்னை இந்த நிலைக்கு நீதான் கொண்டுவந்தே நிர்விதா' என்று அவளிடம் மானசீகமாகப் பேசியபடி அவள் குழந்தைகள் படிக்கும் பள்ளிக்கு மாலையில செல்ல முடிவெடுத்தான்.

13

அபு அன்று மாலைவரை நிர்விதாவின் பெண்ணைக் கடத்துவது சரியா எனப் பலமுறை பரிசீலனை செய்தான்.

அவன் சாத்தான் மனது, நிர்விதாவை வழிக்குக் கொண்டுவர அது மட்டுமே சரியான யுக்தி என்றது.

மாலை வெறியுடன் அந்தப் பள்ளிக்குச் சென்றான்.

அவன் நிர்விதா அருகில் இருந்த வீட்டைக் காலி செய்து தயாரிப்பாளர் வீட்டருகே சென்று, ஒரு வருடம் ஆகிவிட்ட படியால் அவனால் நிர்வதாவின் பெண்ணைக் கண்டுபிடிக்க முடியவில்லை.

அவன் கண் பார்வையிலும் கோளாறு குறைபாடு வந்திருந்தது.

கடைசியாக தன் நாலு வயதுத் தம்பியுடன் ஏழு வயதுப் பெண் குழந்தை வெளியே வர இதுதான் எனத் தொடர்ந்தான். அவர்களை அழைத்துச் செல்ல வரவேண்டிய பாட்டி சற்றுத் தாமதமாக வந்தபோது, நான்கு வயதுப் பேரன் மட்டும் நின்று அழுது கொண்டிருந்தான்.

பாட்டி உள்ளே சென்று விசாரித்தபோது பள்ளி ஆசிரியை பாத்ரூம்ல இருக்காளா பாருங்க என்றாள்.

பாட்டி பள்ளி முழுவதும் தேடிவிட்டு பேரனுடன் தவித்து அழுதபோது அங்கு எந்த ஆசிரியையும் இல்லை.

அந்த அரைமணி நேரம் அபுவுக்கு போதுமானதாக இருந்தது. குழந்தையை, மயக்க மருந்து தெளித்த கைக்குட்டையால் வாயைக் கட்டி தெரிந்த ஆட்டோவில் ஏற்றி தொழிலதிபரின் விருந்தினர் மாளிகைக்குக் கொண்டு சென்றான்.

உடனே பரபரப்பாக, அவருக்குக் கைபேசியில் தொடர்பு கொண்டான். 'பாஸ் பட்சி சிக்கிடும் இன்னைக்கு...'' என ரகசியக் குரலில் சொன்னான்.

"என்னடா உளர்றே? தண்ணியடிச்சயா?"

"பாஸ் நிர்விதா பொண்ணக் கடத்தி உங்க 'கஸ்ட் ஹவுஸ்ல' வச்சிருக்கேன் இப்ப மிரட்ட..." அவன் முடிக்கவில்லை.

''நிறுத்துடா நாயே! வந்து உன்னைச் சுட்டுடறேன்! முட்டாள்! நிர்விதா குழந்தைங்க ஸ்கூலுக்கே போகலைடா பாவி! கண் அவிஞ்ச முண்டம். என்னை கேட்காம ஏண்டா.. ஏண்டா... நாயே... நீ முதல்ல மேனேஜர்ட்ட சொல்லீட்டு ஓடு! நான் பாத்துக்கறேன்"

அபு சகலமும் இழந்து நடு ரோட்டில் அம்மணமாக நிற்பதுபோல உணர்ந்தான். உடன் மேனேஜரிடம் கூடப் போகாமல், அங்கிருந்து ஓட்டம் பிடித்தான்.

தொழிலதிபரும் மேனேஜரைத் தொடர்பு கொண்டு உடனே அந்தக் குழந்தையை, தண்ணீர் தெளித்து வீட்டு விலாசம் கேட்டு கொண்டு விடச் சொன்னார்.

"வீட்டு விலாசம் சொல்லுமா ஸார்'' மேனேஜர் அழாத குறையாகக் கேட்டான்.

''இப்பல்லாம் நாலு வயசுக் குழந்தைகூடச் சொல்லும்! உடனே செய்" என்றார். அடுத்த ஐந்தாவது நிமிடம் மீண்டும் அழைத்து, ஆபீஸ்ல இருந்து ஒரு அஞ்சாயிரம் பணமும் எடுத்துக்கோ! 'குழந்தை ரோட்ல அழுதுக்கிட்டு நின்னுச்சுனு' சொல்லி, பெத்தவங்க கிட்டச் சேத்துட்டு என்னை வெளியே வந்து கூப்பிடு" என பரபரப்பாக உத்தரவு பிறப்பித்தார்.

"நாயே நாயே இருடா உன்னை... உசிரோட விடமாட்டேன் சனியன் மாதிரி வந்தியே... குழந்தை பத்திரமா வீடு போய் சேரட்டும்... பிறகு உனக்கு படி பூஜை போடறேன்' எனத்

தனியாகப் புலம்பினார். மீண்டும் மேனேஜரை அழைத்து நீ ஏதாவது கவர்மெண்ட் ஆபீஸ்ல வேலை செய்றேனு சொல்லு" என்றார்.

அடுத்த அரைமணி நேரத்தில் மேனேஜர் "ஸார் வேலை முடிஞ்சுது" என்றார்.

"சரியான விலாஸமா? உண்மை அப்பா அம்மாவா?" பரபரத்தார்.

"ஆமா ஸார் வீடே கலகலத்துக் கெடந்துச்சு ஸார்! குழந்தையைக் கண்டதும்... அத்தனை பேரும் நன்றி சொன்னாங்க ஸார்...!

குழந்தைக்கு ஐபேகோ ஐஸ்க்ரீம் வாங்கிக் கொடுத்தேன் ஸார்!

பொறவுதான் அட்ரஸே சொல்லுச்சு!"

"சரி கைல அஞ்சாயிரம் இருக்குல்ல. நீ உடனே கோயம்பேடு போயி உன் ஊருக்கு பஸ் ஏறு. நான் சொன்ன பிறகு வந்தாப் போதும்!"

"ஸா...ர்? எ...ன்..ன ஸார்?

நான் என்ன ஸார் பண்ணேன்?"

"டேய் சொன்னதைச் செய்... உன் ஜாதி ஜனத்தோட இரு நான் சொல்ற வரைக்கும்! இங்க மதுரை பஸ்ல ஏறு... அங்க எறங்கி திரும்ப திருச்சி பஸ்ல ஏறி... உன் கிராமத்துக்கு ரயில்ல போ! இனி பேசாதே!" தொடர்பைத் துண்டித்தார்.

அந்த மேனேஜர் யார் என்றே தெரியாத அபுவை திட்டி தொழிலதிபரையும்... 'இத்தனை நாள் சின்னப் பொண்ணுங்களைச் சீரழிச்சான்... இப்ப ஏழு வயசுப் பொண்ணா... பாவி தப்ப நீ பண்ணீட்டு என்ன துரத்துறயா? நான் திருடன் மாதிரி ஓடணுமா... பணத் திமிர்டா... ஏற்கெனவே நீ இப்படி... இதுல சினிமா வேற எடுக்கற... போ... போ... கண்டவளோடயும் படுத்து வியாதி வந்து சாகு!' என சாபம் கொடுத்தபடி மதுரை பேருந்தில் ஏறினார்.

தொழிலதிபர் அடுத்து அபு வீட்டிற்கு ஆள் அனுப்பினார் வீடு பூட்டிக் கிடந்தது.

“எப்படியும் ஒரு நாள் வராமலா போவே? அப்ப வச்சிருக்கேன் ஆப்பு... முட்டியிலே மூளைவச்ச நாயி கூட்டிக் கொடுக்கற நாய்க்கு இதுக்கு மேலவா புத்தி இருக்கும்'' என உறுமிக் கொண்டார்.

அதே சமயம் அபு பாலக்காடு செல்லும் லாரியில் ஒளிந்து ஒரு ஓரமாக அமர்ந்திருந்தான். தொழிலதிபர் திட்டியவுடன் உயிருக்கு பயந்த அவன் சற்று தூரம் ஓடியபோது... பெட்ரோல் பங்கில் நின்ற லாரியில் ஐந்து இரண்டாயிரம் ரூபாய் நோட்டைக் காட்டியதும் அவர்கள் ஏற்றிக் கொண்டனர்.

பாலக்காடு செல்லும் வரை... வெளியில் இறங்குவதில்லை என முடிவெடுத்தான். அவன் மனம், கனவுகளுடன் கும்பகோணத்தில் இருந்து இருபது வயதில் சென்னை வந்ததை... கோடம்பாக்கத்தில் ‘கதாநாயகன்’ ஆசையுடன் திரிந்த நாட்கள்... படப்பிடிப்பு தளங்களில் ஓரமாக நின்று ரசித்த நாட்கள்... தன்னை நகைச்சுவை நடிகனாக கூட கற்பனை செய்த நாட்கள் பின் கதாநாயகிகளுக்கு ‘டச் அப்’ஆக இருந்த நாட்கள்... இருபது வருடங்களை அசைபோட்டது.

எத்தனை வருடங்கள்... சே எல்லாமே இந்த ஒரு நாயால... மனுஷனாடா நீ! ஸ்திரீ லோலன்! சீ பொம்பளைக்கு அலையற நாயி... உன் அவசரத்தால எல்லாம் போச்சு.

அது சரி... இந்த நாய்க்கு எத்தனை கண்ணு... நிர்விதா குழந்தைகள் பள்ளிக்கூடம் போகலைனு சொல்றான்? ஆனாலும் அந்தக் குழந்தை என்ன ஆச்சு? இவன் ஏதாவது ஏடாகூடம் செய்துட்டு பழியை என் மீது போட்டு விடுவானோ? போலீஸ் தேடுமா? எதற்கும் கும்பகோணம் பக்கம்கூடப் போகக் கூடாது என முடிவெடுத்தான்.

அபு அடிப்படையில் தைரியம் இல்லாதவன். அவன் நெஞ்சுக்குள் கலவரம் மூண்டது.

நிர்விதாவையும் மனச்சாட்சியே இல்லாமல் ‘பத்தினித் தெய்வம் கண்ணகி... மூஞ்சப்பாரு என ஆரம்பித்து மனதிற்குள் திட்டித் தீர்த்தான் ‘இவ எங்க உருப்படப் போறா?’ என் பொழப்புலயும் மண்ணைப் போட்டுட்டாளே?’ எனப் புலம்பிக் கொண்டான்.

அன்று இரவு தொழிலதிபர் அபு செய்த காரியத்தால், தன் தொழில் புகழ் கெட்டு விடுமோ எனப் பயந்தபடி கழித்தார்.

அபு, அவரால் தன் உயிருக்கு கும்பகோணம் பக்கத்தில் ஒரு கிராமத்தில் வாழும் தன் மனைவி குழந்தைகளுக்கு தீங்கு விளையுமோ எனப் பயந்தபடி லாரியில் ஒடுங்கிக் கிடந்தான்.

நிர்விதா எதுவுமே தெரியாமல் குழந்தைகளுடன்... அம்மாவுடன் நிம்மதியாகத் தூங்கினாள்.

பாலக்காடு வருமுன்பே நடுநிசியில் அடித்து அபுவிடம் இருந்ததைப் பிடுங்கிக் கொண்டு அவனை, 'தீவிரவாதியாக' இருக்கலாம் என அஞ்சி, தூக்கி வீசி விட்டுச் சென்றனர், லாரியில் இருந்தவர்கள்.

காலையில் பள்ளிக்கூடம் பற்றிய தன் பதிவிற்கு, என்ன விளைவு எனப் பார்க்க, பெற்றோர் குழு மின்னஞ்சல் பதிவைப் பார்வையிட்டபோது, அதிர்ந்தாள், நிர்விதா.

முன் தினம் குழந்தை காணாமல் போன பதிவை பாட்டியின் வாய் மூலமாக ஒளிப்பதிவு செய்து பதிவிடப்பட்டிருந்தது.

பின் இது பற்றி பள்ளிக்கூடத் தலைமையிடம் விவாதிக்க 'இரண்டாம் வகுப்பு' குழந்தைகளின் பெற்றவர்கள் அனைவரும் வர வேண்டும் எனக் கேட்டிருந்தனர்.

நிர்விதா அந்தப் பள்ளியில் இருந்து குழந்தைகளை கண்டிப்பாக நீக்கிவிட முடிவு செய்தாள்.

இன்று பள்ளியின் தாளாரும் தலைமை ஆசிரியரும் அனைவரிடமும் அன்பொழுகப் பேசினர்.

இரண்டாம் வகுப்பு ஆசிரியையை பலிகடா ஆக்கினர். அவர் வேலையை விட்டு நீக்கப்பட்டார் என அறிவிப்புச் செய்தனர்.

தலைமை ஆசிரியர் பொறுமையின் சிகரமாகப் பேசினார். பெற்றோர் ஒத்துழைப்பு இருந்தால், குழந்தையைக் கடத்தியவனைக் கண்டு பிடித்து நீதியின் முன் நிறுத்தலாம் என உருக்கமாகக் கூறினார்.

தாளாளர், கடத்தப்பட்ட பெண் குழந்தையின் தாயை

தனியாக அழைத்து பேச்சு வார்த்தை நடத்தினார். அவர்கள் பள்ளிமீது புகார் செய்ய வேண்டாம் எனக் கெஞ்சினார்.

நிர்விதா தன் குழந்தைகளுக்கான ‘மாற்றுதல் விண்ணப்பம்’ (T.C) வாங்கி பூர்த்தி செய்து கொடுத்தாள்.

தலைமை ஆசிரியை, “மீடில் இயர் வேற பள்ளிக்கூடத்துல சீட் கிடைக்கறது கஷ்டம்! யோசிச்சு செய்ங்க... குழந்தைகள் கல்வி பாதிக்கக் கூடாதேனுதான் சொல்றேன்” என அன்பாக எச்சரிக்கை விடுத்தாள்.

அவளின் நடிப்பைக் கண்டு நிர்விதாவிற்கு சிரிப்பு வந்தது.

நிர்விதா வெளியில் வந்துபோது பள்ளிக்கூட வாசலில் காணமல் போன குழந்தையின் அம்மா நிர்விதாவிடம் “பள்ளிக்கூட ஸிஸி டிவி காமிராப் பதிவில் குழந்தைகள் கேட்டைத் தாண்டியது வரைதான் இருக்கு! ஆனா இந்தப் பக்கத்து பங்களாவில் ஸிஸிடிவி இருக்கு! பார்த்தா ஏதாவது தெரியும்... கேட்டுப் பாக்கலாமா?” தயக்கத்துடன் கேட்டாள்.

நிர்விதா அவர்களுடன் சென்று தலைமை ஆசிரியரிடம் இதைத் தெரிவித்தாள்.

இதைக் கேட்ட தாளாளர் அவரே பக்கத்து வீட்டை அழைத்துப் பேசினார்.

“வாங்க! பாட்டியும் அம்மாவும் மட்டும் வாங்க... ரொம்பப் பேர் அடுத்த வீட்ல கூட்டம் எதுக்கு” என்று நிர்விதாவைப் பார்த்துச் சொன்னார். அங்கே அபு கைக்குட்டையால் ஏழு வயதுப் பெண்ணின் முகத்தை மூடி இழுத்துச் சென்றது தெளிவாகப் பதிவாகி இருந்தது.

ஆனால் அவர்களுக்கு அது யார் என்று தெரியவில்லை. அவர்கள் பெண்ணின் அம்மாவையே பார்த்துக் கொண்டிருந்ததால், பாட்டி அந்த முகத்தை தன் கைபேசியில் படம் பிடித்துக் கொண்டதை கவனிக்கத் தவறிவிட்டனர். தாளாளர் “நாங்களே போலீஸில் இந்த புட்டேஜைக் கொடுத்து விசாரிக்கிறோம்” என்றார்.

நிர்விதா அவர்களுக்காக பள்ளிக்கு வெளியே காத்திருந்தாள். அனைத்தும் கேட்டுவிட்டு, “உண்மையில் நடவடிக்கை

எடுப்பார்களா? போலீஸுக்குப் போவார்களா?" சந்தேகத்துடன் கேட்டாள். அவள் மனம் திடுக்கிட்டது.

அந்த அம்மா "எனக்கும் சந்தேகம் தான்... ஆனா என்ன பண்றது நம்ம கடுமையாகக் கேட்டா... நம்ம பொண்ணுகிட்ட அதைக் காட்டுவாங்க..." என்றாள்.

"காட்னா வேற ஸ்கூல்... நான் டிஸி அப்ளை பண்ணீட்டேன்!" நிர்விதா

"இல்லங்க இந்த ஸ்கூல்ல படிச்ச நிறையப் பேர் மெடிகல் சேந்திருக்காங்க. அஞ்சு வருஷ ரிகார்ட் இவங்க அப்பா சேகரிச்சுக் காட்டினாரு! எங்க பொண்ணு டாக்டர் ஆகணும்கறது எங்க கனவு" என்றபோது நிர்விதா கொந்தளித்துப் போனாள்.

"பிள்ள உசிர் மொதல்ல முக்கியம்! பெரியவள் ஆகி அவளுக்கு படிக்க ஆர்வம் இருக்கணும்... அவ வாழ்க்கையை அவ முடிவு எடுக்கணும்... ஏன் இந்த அநியாயம்? முட்டாள்தனம்" கத்தினாள். அந்த அம்மா இவளை இகழ்ச்சியாகப் பார்த்து "லட்சியமே இல்லாம வாழணுமா? சினிமாக்காரி புத்தியப் பாரு!" திட்டி விட்டுச் சென்றாள்.

நிர்விதா மதியம் தயாரிப்பாளர் விருந்துக்கு அழைத்திருந்தது நினைவு வர அங்கிருந்து வீடு வந்தாள்.

ஆம் தயாரிப்பாளர் இரவெல்லாம் சிந்தித்து இந்த அபு பயல் செய்த காரியத்தால் பாதிப்பு வராமல் இருக்கவும் நிர்விதாவும் மீட்டர் குமாரிடம் கலந்து பேசியது தெரிய வர... நிர்விதாவைப் பகைத்துக் கொள்ள வேண்டாம். படம் முடிந்த பிறகு பார்த்துக் கொள்ளலாம் என்றும் முடிவெடுத்தார்.

அவரே நிர்விதாவை அழைத்து உதவி இயக்குனர்கள், ஒளிப்பதிவாளர், இசை அமைப்பாளர் எடிட்டர் அனைவரையும் அழைத்துக் கொண்டு கிண்டியில் உள்ள நட்சத்திர ஓட்டலுக்கு வருமாறு அழைத்திருந்தார்.

கிளம்பிய போதுதான் அபுவின் ஞாபகம் வர... அவனுக்கும் போன் செய்தாள்.

"அனைத்துத் தடங்களும் பிஸியாக உள்ளதால் சிறிது நேரத்திற்குப் பிறகு தொடர்பு கொள்ளவும்" என்றது.

தயாரிப்பாளர் விருந்துக் கொண்டாட்டத்திற்குப் பிறகு ஷூட்டிங் ஆரம்பிச்சுடலாம்... இனிமே சனி, ஞாயிறு விடுமுறை... மற்றபடி தொடர்ந்து நடக்கட்டும்...” என அறிவித்தார்.

நிர்விதாவைத் தவிர யாரும் அபுவைப் பற்றிக் கேட்கவில்லை. கவலைப்படவும் இல்லை.

தயாரிப்பாளர் ‘‘அவன் பொண்டாட்டிக்கு உடம்பு சரியில்லையாம். பத்தாயிரம் வாங்கீட்டு கும்பகோணம் போறேன்னான்” என்றார்.

அப்படிச் சொல்லும்போதே அவரிடம் ஒரு தடுமாற்றம் இருப்பதை நிர்விதா குறித்துக் கொண்டாள். ரகுவும் கவனிக்கத் தவறவில்லை.

அடுத்து படப்பிடிப்புக்கு என்னென்ன வேண்டும்... யார் யாரை என்று அழைக்க வேண்டும். யார் என்று தேதி கொடுப்பார்கள், என்பதை முடிவு செய்ய உதவி இயக்குநர்கள் நிர்விதா வீடு வந்தனர்.

ஆனால் அவர்களின் முதல் பொருள் அபுவாக இருந்தான். அபு உண்மையில் தங்களிடம் சொல்லாமல் போகமாட்டான் என அவர்களுக்குத் தெரியும்.

இதில் ஏதோ மர்மம் உள்ளது. அதில் தயாரிப்பாளரின் பங்கு உள்ளது என்பதுதான் அவர்களின் உறுதியான எண்ணம்.

14

அடுத்த ஒரு மணி நேரத்தில் படப்பிடிப்புக்கான ‘திட்டமிடல்’ முடிந்து அவர்கள் விடைபெற எழுந்தபோது....

கடத்தப்பட்டுக் கிடைத்த குழந்தை ‘க்ளாரீடா’ வின் பாட்டி தயங்கி வாசலில் நின்றாள்.

நிர்விதா தயக்கமின்றி வரவேற்றாள். ஆனாலும் அந்தப் பாட்டி “என் மருமக பேசினதுக்கு நான் மன்னிப்புக் கேட்டுக்கறேன்...

உன்னால எனக்கு ஒரு உதவி வேணும்மா! நீ சொன்னதுதான் சரி. முதல்ல குழந்தை உசிரக் காப்பாத்தணும்!”

“கண்டிப்பா நம்ம கடமை அது... எதுனாலும் தயங்காமக் கேளுங்க...” என ஊக்கம் கொடுத்தாள்.

அப்படி இருந்தும் பாட்டி “அம்மாடீ என் பேத்தி ஒண்ணு சொன்னா... அவ மயக்கம் ஆகும்போது... யாரோ அவளைத் தோளில் சாய்த்து ‘நிர்விதா ஒன் பொண்ணு எங்கிட்ட, நீ கதறிக்கிட்டு வருவேனு’ சொன்னாங்களாம்! அவ அம்மாட்டச் சொல்ல பயந்துக்கிட்டு எங்கிட்டச் சொன்னாம்மா! உன் பேருதான் நிர்விதானு. நெனைக்கேன் அதான்... தப்பா இருந்தா மன்னிச்சிரும்மா...” என்றாள் தயக்கத்துடன்.

“ஆ... என் பொண்ணுக்கு விரித்த வலையில் இந்தப் பொண்ணு சிக்கீருக்கு!”

“இன்னொரு விஷயம்மா அந்தப் பக்கத்து வீட்ல ஸிஸிடிவிலே குழந்தையக் கடத்துனவனப் பாத்தம்மா காமிராவுல என் மருமகளுக்குக் கூடத் தெரியாம மொபைல் லைட்ல கூடப் போடாம படம் பிடிச்சு வச்சிருக்கேன். இவன... உனக்குத் தெரியுதா பாரு...” எனக் காட்டினாள்.

படம் தெளிவாக இல்லாவிட்டாலும் அது அபுதான் என்பது இவர்கள் கண்ணுக்குத் தெரிந்தது. தெளிவாகப் புரிந்தது.

நிர்விதா காலடியில் பூமி நழுவியது. ‘அடப்பாவிகளா கோழைகளா... என் மேல் பகைனா என்கிட்டக் காட்டுங்க... என் பொண்ணுக்காடா குறி வச்சீங்க?’ மனம் கதறியது.

ரகு, சரவணன், மோகன், ரவி நால்வரும் ஒன்றாக “மேடம் இது ரெண்டு பேரும் சேர்ந்து செய்த சதிதான் எனக் கூவினர்.

‘என் பெண் பள்ளிக்கூடம் போகாததால் தப்பித்தாள்.

பொதுவாக அறுபது வயதானவர்கள் என்றால், ஒன்றுமே தெரியாதவர்கள்... கைபேசியில் படம் எடுக்கத் தெரியாதவர்கள்... எதுவும் இயலாது என்று ஒரு எண்ணம் அனைவருக்கும் இருக்கிறது ‘அது எத்தனை தவறு’ என ரகு நினைத்துக் கொண்டான்.

"ஏதாவது செய்யணும்மா... நான் ஒவ்வொரு க்ளாஸ் ரூமா பிள்ளையத் தேடித் தவிச்சு வந்தா யாரும் இல்லை! இருந்த ரெண்டு ஆயாவும் கேட்டப் பூட்டணும் சீக்ரம் வெளியே போங்குது! வயசான ஒருத்தி அழுறாளே, பிள்ளையக் காணுமேனுகூட பதட்டம் இல்லை! என் மருமகளா ஸ்கூல்லயே தங்க வச்சுக்கிட்டா இன்னும் நல்லாப் படிக்கலாம்னு 'போர்டிங்' ஸ்கூலா எப்ப மாறும்னு காத்திருக்கா... எம்மா பிள்ளை கெடச்சிருச்சு! பிள்ள கெடைக்காமப் போயிருந்தா?" அழுதாள். என் மகனுக்கு என்ன பதில் சொல்ல முடியும்? அம்மா நம்ம பிள்ளைங்களப் பாத்துப்பானு நம்பி என் பிள்ள துபாயில கெடந்து உழைக்கான்... கஷ்டமான வேலைம்மா..." என்றும் கூறி அழுதாள்.

நிர்விதா அபு குழந்தையைக் கடத்தும் காட்சி தந்த அதிர்ச்சியில் இருந்து மீளவே இல்லை. சரவணன் "அழாதீங்க அம்மா! வாங்க! உடனே இதை போலீஸ்ல கொடுப்போம்!" என்றான்.

ரவி "இந்த நாய் இவ்வளவு தூரத்துக்கு வந்திடுச்சா...? சும்மா விடக்கூடாது" எனப் பொங்கி எழுந்தான்.

உள்ளிருந்து வந்த அம்மா "நிர்விதா என்னம்மா ஆச்சு? என்ன ஆச்சு?" என உலுக்கினாள். நிர்விதா அம்மாவிற்கும் காட்டச் சொன்னாள்.

"அடப்பாவி இவன்... அவன்தானே? அந்த நாயிதானே..." கூச்சலிட்டாள்.

காவல் நிலையத்துக்கு தயக்கத்துடன்தான், அந்தப் பாட்டி வந்தாள் மருமகளுக்குப் பயந்தபடி. நிர்விதாவுக்கும் மற்றவர்களுக்கும்கூட, பெரிய பள்ளிக்கூடம் இந்தப் பக்கம் தொழிலதிபர் நம் புகார் ஏற்கப்படுமா? என்ற சந்தேகம் இருக்கத்தான் செய்தது.

முதலில் பாட்டியைப் பேச வைத்தார்கள். பிறகு புகைப்படத்தைக் காட்டி செய்தி சொன்னார்கள்.

"ஓ இந்தப் பள்ளிக் கூடமா? ஆறாம் வகுப்பில் இருந்து 'நீட்' தேர்வுக்கு பயிற்சி கொடுக்கறாங்களாம், ரெண்டு நாளா பேப்பர்ல பாத்தீங்களா?" என்று அருகில் இருந்த நண்பரிடம்

கேட்டார் அந்தக் காவல் நிலையத்தின் உயர் அதிகாரி.

அவர் "முதல்ல இந்த மாதிரி பள்ளிக்கூட அறிவிப்புக்கே கேஸ் போடணும் ஸார்! 12-ம் வகுப்பு முடிஞ்சு படிக்க வேண்டியது ஆறாம் வகுப்புல எப்படி? புரியுமா'' என்றார் வருத்தத்துடன்.

காவலர் ஒருவர் ''ஸார் இந்த அனிதாப் பொண்ணு தற்கொலைக்குப் பிறகு தினமும் கடவுள்ட்ட மனுஷங்களுக்கு வியாதியே கொடுக்காதே! இந்த பாழாப்போன படிப்பு இல்லாமலே போகட்டும்னு, வேண்டிக்கறேன் ஸார்!" என்றார் வருத்தத்துடன். இத்தனை சுலபமாக காவல் நிலையத்தில் ஆதரவா? மாணவி அனிதாவின் மரணம் இவர்களுக்கும் வருத்தமாகத் தான் இருந்தது.

நிர்விதாவிற்கும் மற்றவர்களுக்கும் கண்கள் ஆச்சரியத்தில் விரிந்தது. எழுத்தர் இவர்கள் சொன்னதை எழுதி... முதல் தகவல் பதிவு செய்தார்.

உடன் அந்தப் பாட்டியிடம், தலைமை ஆசிரியரின் கைபேசி எண் வாங்கி தொடர்பு கொண்டனர்.

அன்று சனிக்கிழமை பள்ளிக்கூடம் அரைநாள் தான் எனத் தலைமை ஆசிரியை கூற காவல் தலைமை அதிகாரி, கண்டிப்பாக உடனே பள்ளிக்கூடம் வரவேண்டும் என ஆணையிட்டார்.

இவர்கள் பள்ளிக்கூடம் வந்த போது அங்கு தாளாளரும் இருந்தார். காவல் அதிகாரி கேட்டுக் கொண்டதும் பக்கத்து வீட்டுக்கும் அழைத்துச் சென்றார். அவர்களும், கணினியை காட்டிவிட்டு பணிவாக ஒதுங்கி நின்றனர். காவல் அதிகாரி கணினியை ஓடவிட்டார். அதில் அபு குழந்தையைக் கடத்துவது மட்டும் இல்லை குழந்தையின் பாட்டி "அடப் பாவிகளா என்னடா திருட்டுத்தனம்... இதுல ஓடும்போது தானே நான் போட்டோ எடுத்தேன்'' எனப் புலம்பி அழுதாள்.

இவர்களால் அழைக்கப்பட்ட குழந்தையின் அம்மா, அனைவரிடமும் மன்னிப்புக் கேட்டுக் கொண்டாள். தன் மாமியாருக்கு மனநிலை சரியில்லை என்றாள். அந்தப் படத்தில் இருப்பது என் குழந்தையே இல்லை! என் குழந்தை காணாமல் போகவும் இல்லை.

"சம்பவம் நடந்ததா சொன்ன அன்னிக்கு என் குழந்தை பள்ளிக் கூடமே போகவில்லை" என்றாள்.

தலைமை ஆசிரியரும் பள்ளி வருகைப் பதிவேட்டைக் காட்டினார். இரண்டாம் வகுப்பு பதிவேடு அன்று 'க்ளாரிடா' வரவில்லை என்றது.

இவர்களுக்கு பள்ளி நிர்வாகம் அவளை தன் கைக்குள் போட்டுக் கொண்டது புரிந்தது.

அந்தப் பாட்டி மருமகளைத் திட்டி சண்டையிட்டாள்.

நிர்விதா, வீடு வந்தபோது இரவு எட்டுமணி ஆகிவிட்டது. அம்மா "என்னடீ ஆச்சு?" ஆர்வமாகக் கேட்டாள்.

"சினிமால காட்டற மாதிரிதான் பள்ளி நிர்வாகத்திடம் அந்த அம்மா 'காம்ரமைஸ்' ஆயிட்டாங்க. இந்த ஸ்கூல்ல படிச்சா டாக்டர் ஸீட் கிடைக்குமாம். ஆறாம் வகுப்புல இருந்து நீட் தேர்வுக்கு பயிற்சி கொடுக்கப் போறாங்களாம்.. இப்பவே இப்படி ஆரம்பிச்சா நாளைக்கு டாக்டர் ஸீட் கிடைக்கலேன்னா அது தற்கொலைதான் செய்துக்கும்! இந்த 'மெண்டாலிடி' வரதுக்கு அம்மாக்கள் தான் காரணம்... ஏம்மா இப்படி இருக்காங்க? நாங்க கொடுத்த புகாரையும் வாபஸ் வாங்கிட்டாங்க..." அழாத குறையாக சொன்னாள் நிர்விதா.

அம்மா பயத்துடன் "அதை விடுறி இது அபு வேலைனா... அவன் கடத்த நெனைச்சது..." தயக்கத்துடன் தன் வாயால் சொல்லக் கூடப் பதறியவளாய் நிறுத்தினாள்.

நிர்விதா துயரத்துடன் "நம்ம வர்ஷினியைதான்" என்றாள்.

அம்மா "இத்தனை கொடூரமானவங்களா? இத்தனையும் பண்ணீட்டு எப்பிடி உங்களைக் கூப்டு பார்ட்டி கொடுக்கறான்?" பயத்துடன் வியந்தாள்.

"வேண்டாம் நீரும்மா இவங்க சங்காத்தமே வேண்டாம்... நம்ம வீட்ட வித்துப் படம் பண்ணலாம்! நான் பேசறேன். உன் தங்கச்சி ரெண்டு பேர்ட்டயும்... இவனுக பக்கமே போகாதே" கெஞ்சினாள் அம்மா.

நிர்விதா மௌனமாக இருந்தாள். அம்மா "ஏண்டி என் மேல நம்பிக்கை இல்லையா?"

"அம்மா அம்மா! உன் மேல நம்பிக்கை இருக்கு! ஆனா இந்த சொஸைட்டி மேல இல்லை! அம்மா! நான் போன வருஷம் வெளியிட்ட நாவல், 'பூமி சுற்றுதே' அதுவே இன்னும் என்னால விக்க முடியலை! ஆனா அந்தக் கதை அற்புதமானது! இதை இங்லிஷ்ல எழுதுனா கண்டிப்பா நோபல் பரிசு கிடைக்கும்னு கதையை படிச்சவங்க சொல்றாங்க... இதுல என்ன 'ஐரணி' தெரியுமாம்மா, நல்ல பணம், அந்தஸ்து நல்ல பதவில உள்ளவங்க... ஒரு பெண் மீடியால இருக்கறதை பாராட்டறதுல்ல. பாராட்டிச் சொல்றவங்களுக்கு.... சமுதாயத்துல பெரிய அந்தஸ்து இல்லை! என் கதையை... 'பெரிய சமுதாயப் புரட்சியா இது'னு கூப்பாடு போட்ட ஒரு எழுத்தாளர், மிக மட்டமான புத்தகம் ஒன்றை பாராட்டராரு' ஏன் தெரியுமா? அதை எழுதியவர் பணக்காரர், மத்திய அரசுத் துறையில் பெரிய பதவியில் இருப்பவர். இன்னைக்கு ஒரு எழுத்தாளன் கூட பணம் இருப்பவனை, 'அறிவாளி' என ஒப்புக் கொள்கிறான். அவன் என்ன எழுதினாலும் இதுதாண்டா இலக்கியம்'னு சொல்ல ஒரு கூட்டமே இருக்கு! இன்றைக்கு நிலவரம் இதுதான். அந்தப் புத்தகம் இரண்டாவது பதிப்பும் வரப்போகிறது. பெண் அறிவாளியாக இருப்பதே பல பேருக்கு இங்க பிடிக்கலை... சினிமா உலகம் இதைவிட மோசம்! பெண் இயக்குநர்கள் அரிது. இது ஆண்கள் உலகம். நான் வீட்டை வித்து சினிமாவை அற்புதமா எடுத்தாலும் அதை வாங்க ஆள் இருக்காது! அதைப் பார்க்க ஆள் இருக்காது! இந்தப் புத்தகம் தூங்குவது போல அந்த சினிமாவும் ஒரு பெட்டியில் நம் வாடகை வீட்டில் தூங்கும். நானே சொந்தச் செலவில் வெளியிட்டாலும், அதை நாலு நாட்களுக்குக்கூட ஓட விடாமல் செய்வார்கள். வேண்டாம்மா விஷப் பரீட்சை!"

"அப்ப... அப்படீனா..." அம்மா கண்ணை இடுக்கிச் சந்தேகமாகப் பார்த்தாள்.

"அம்மா அப்படிப் பார்க்காதே! அப்பா சட்டையைப்போட கையக் கூடத் தூக்க முடியாம கஷ்டப்பட்டு... 'நீதான் கழட்டி விடுவே போட்டு விடுவே'.... அப்படி சம்பாதிச்சு

எனக்கு கல்யாணம் செய்ய பணம் சேர்த்தாரு... மறக்கலை!" அழுதுவிட்டாள் நிர்விதா.

அம்மா அவளை அணைத்துக் கொண்டாள். நிர்விதா அழுதபடி "அப்பா சொன்ன எதையும் நான் மறக்கலை! ஒரு நாளும் தப்பு வழிக்குப் போக மாட்டேன்" என்றாள். இருவரும் சிறிது நேரம் அழுதனர். கண்ணைத் துடைத்தபடி "அப்பா மூணு பெண்களையும் நல்லா வாழ வைக்க லட்சியத்தைக் கூடப் புதைத்து விட்டார். நான் தப்பு பண்ணா அது அப்பாவை அவமானப்படுத்திய மாதிரிதான்"

'ஏம்மா ரெண்டு பேரும் அழறீங்க...? நான் இனிமே ட்ரஷர் கேம் விளயாட மாட்டேன்" என்றபடி வந்த மகள் வர்ஷினியை வாரி நெஞ்சோடு அணைத்துக் கொண்டாள்.

"அந்தப் பாவி இந்தப் பிஞ்சைக் கடத்தி... என்ன செய்ய நினைத்தான். அவள் மனம் பதறியது.

காரணம் இல்லாது, பூலான்தேவி சொன்னது நினைவில் வந்தது. 'இருபத்தி ரெண்டு பேர் என்னைக் கற்பழித்தபோது யாரும் ஏன் என்று கேட்கவில்லை.

ஆனால் அந்த 22 பேரையும் நான் சுட்டுக் கொன்ற போது... இந்தியாவே என்னைத் திரும்பிப் பார்த்தது!

அவளுக்கு வந்த ஆத்திரத்தில் ஒரு துப்பாக்கி வாங்கி இருவரையும் சுட்டு விடலாமா? என்று கூடத் தோன்றியது.

அடுத்த நொடி அவளே திடுக்கிட்டாள்.

ஒரு எழுத்தாளன் தனக்குத் துரோகம் செய்தவனை பழி வாங்கத் துடிக்கலாமா?

அவனின் உயிரைப் பறிக்க நினைக்கலாமா?

எப்படிப்பட்ட துரோகியையும் கெட்டவனையும் திருத்துவதுதானே உண்மையான எழுத்தாளனின் கடமை.

தன் கோபத்தை எண்ணி அவளே வெட்கினாள்.

'ஒழியட்டும் நமக்கு ஏன்... கொலை வெறி?' ஆனால் அடுத்த நாள் முதல் வேலையாக தொழில் அதிபர் வீட்டுக்கு செல்வது என முடிவு செய்தாள்.

15

ஆனால் அடுத்தநாள் நிர்விதா தயாரானபோது காவலர் ஒருவருடன் அந்த உயர் அதிகாரியும் வந்தார்.

அபு பற்றி மேலும் தகவல்கள் கேட்டனர். நிர்விதா உண்மையை, தனக்குத் தெரிந்த அவன் குடும்பம் பற்றிய தகவல்களும் கொடுத்தாள்.

அபு தன் குழந்தையைத் தான் கடத்த முயன்றான் என்பதையும் ஏற்கெனவே சொல்லி இருந்தாள்.

“பொது நலன் கருதி நீங்க வந்து இந்தப் பள்ளிக் கூடத்தின் மீதும் ஒரு புகார் கொடுங்க.... இரண்டாம் வகுப்புக் குழந்தை வீடியோ கேம் விளையாடுதுனா எத்தனை பெரிய ஆபத்து... அடுத்து ‘ப்ளூவேல்’ விளையாட்டுக் கூட வரலாம்.

அவர் குரலில் கவலை அக்கறை அதிகம் இருந்தது. இப்படி மனித நேயம் உள்ள காவலர்களும் இருக்கத்தான் செய்கிறார்கள் என நிர்விதாவிற்கு திருப்தியாக இருந்தது. அவர்கள் ஜீப்பிலேயே, அவளையும் ஏறிக் கொள்ளலாம் என்றபோது...

அம்மா ரகஸியமாக அவளை அழைத்து... “வேண்டாண்டி நீ தனியா பின்னால உன் வண்டில போ! அக்கம் பக்கம் போலீஸ் உன்னக் கூட்டிப் போறதை தப்பா நெனைப்பாங்க” என எச்சரித்தாள்.

ஆனால் நிாவிதா அம்மாவை சமாதானம் செய்து... அவர்கள் ஜீப்பில் ஏறிய மூன்றாவது நிமிடம் பள்ளிக் கூடத் தலைமை அவளை உடன் வருமாறு அழைத்தது. அவள் தயங்கி அவர்களிடம் சொன்னபோது....

“அதனால் என்ன உங்களை ஸ்கூல்லயே ட்ராப் பண்ணலாம் உங்க வேலையை முடிச்சுட்டு... ஸ்டேஷன் வந்து கம்ப்ளெய்ண்ட் கொடுத்திருங்க” என்றார் அதிகாரி.

நிர்விதா போலீஸ் ஜீப்பில் வந்து இறங்கியதைப் பார்த்த அவள் கணவன் எகத்தாளமாக, "ஏண்டீ போலீஸ்காரனையும் விட்டு வைக்கலியா நீ!" என ஆரம்பித்து இவள் பெண்மையை மிகக் கேவலமாகப் பேசினான்.

நிர்விதா கணவனை அங்கு எதிர்பார்க்காததால் திகைத்தாள். அம்மா எச்சரித்ததும் கண் முன் வந்தது. 'மற்றவர்கள் தப்பாக நினைக்கலாம். ஏழு வருடம் கூட வாழ்ந்த கணவனுமா?'

"என்னடீ என்கிட்டச் சொல்லாம டிஸி வாங்கீடுவியா...? உனக்கு வக்கில்லையா... சொல்லு! நான் கட்டறேன் பீஸ்...." என துச்சமாகப் பார்த்துக் கேட்டான்.

நிர்விதா பதில் பேசாமல் தலைமை ஆசிரியர் அறையை நோக்கி நடந்தாள். அவனும் பின்தொடர்ந்தான்.

தலைமை ஆசிரியர் அவனைத் தான் "வாங்க ஸார்! வாங்க ஸார்! ஸாரி ஸார், உங்களைத் தொந்தரவு செய்திட்டேன்!" எனப் பலமாக வரவேற்றார்.

பின் "இவங்க டிஸிக்கு அப்ளை பண்ணிட்டாங்க... உங்க ஒபினியன் தெரியாம நான் டிஸி கொடுக்க முடியாது! நீங்களும் ஒப்புதல் தரணும்..."

அவன் அவசரமாகக் குறுக்கிட்டு "ஐயம் ஸாரி! நான் டிஸி வாங்கச் சொல்லலை! என் குழந்தைங்க இங்கதான் படிக்கணும்... ஸாரி மேடம் டிஸி வேண்டாம்! இந்த மாதிரி நல்ல ஸ்கூல் கிடைக்காது..." பணிவுடன் கெஞ்சினான்.

"ஸாருக்கு பிள்ளைங்க மேல இருக்கற அக்கறை உங்களுக்கு ஏன் இல்லை!' என ஆங்கிலத்தில் நிர்விதாவை கடுமையாகச் சாடினார் தலைமை ஆசிரியை.

நிர்விதாவிற்குப் புரிந்தது. முன் தினம் காவல் நிலையத்தில் புகார் செய்தது அவர்களை பள்ளிக்கூடம் அழைத்து வந்தது... அனைத்தும் இவருக்கு தன் மீது கோபத்தை வரவழைத்து விட்டது.

அவள் கணவன் "ஓகே மேடம் எனக்கு சொன்னதுக்கு நன்றி! நான் மத்திய அரசு ஊழியன், நான் ஆறு மாசத்துக்கு சேர்த்துக் கூட 'பீஸ் கட்டிடுறேன்" என கத்தையாக நோட்டுக் கட்டை எடுத்தான்.

நிர்விதாவால் கோபத்தை அடக்க முடியவில்லை, “ரெண்டு வருஷமா பிள்ளைகளைக் கூட எட்டிப் பார்க்காத நீ... அக்கறையானவனா?” எனக் கத்தினாள்.

தலைமை ஆசிரியை “ஷ் இது ஸ்கூல் உங்க சண்டைய வெளிய வச்சுக்கங்க” என்றாள்.

நிர்விதா கோபத்தில் இனி இங்கு தான் எதுவும் பேசிப் பயன் இல்லை என்ற விரக்தியில் வெளியேறி காவல் நிலையம் வந்தாள்.

பள்ளிக்கூடத்தின் மீது, ‘மாணவ மாணவிகள் மீது உண்மையான கவனம் அக்கறை இல்லை! என்றும், குழந்தைகள் பாதுகாப்பும் கேள்விக்குறியானது என்றும், பணம் ஒன்றே ‘குறி’ என்பது பற்றியும் புகார் மனு கொடுத்தாள்.

அபு மீதும் தொழிலதிபர் மீதும், மான நஷ்ட வழக்கும் முன் தினமே பதிவு செய்திருந்தாள்.

ஆனால் அபு எங்கே? அபு ஏன் பாலக்காடு போனான். இன்று அவன் கைபேசி செயலிழந்துவிட்டது என்று காவல் அதிகாரி தெரிவித்தார். அபுவைச் சந்தித்த நாள் முதல் அவள் மனதில் அலசிப் பார்த்தாள். முதலில் தான் இயக்குனர் எனப் பொய் சொன்னான். இரண்டு இடம் அழைத்துப் போன போது... அவன் இயக்குனர் இல்லை... என்பது இவளுக்குப் புரிந்தது.. பொய் சொன்னதைப் பற்றி அவன் சிறிதும் கவலைப் படவில்லை. படப்பிடிப்பு ஆரம்பித்ததும் எத்தனை குறைவாக தயாரிப்பாளர் பணம் கொடுத்தாலும், தனக்கென ஒரு பணம் கணிசமாக ஒதுக்கிக் கொண்டு முதலைக் கண்ணீர் வடிப்பான். கடைசியில் குழந்தை கடத்தும் அளவுக்குத் துணிந்துவிட்டான்.

காரணம் கண்டிப்பாகத் தயாரிப்பாளர் தான், என அவளுக்குத் தோன்றியது. அவர், தோல்வி கண்டு சொதப்பிய அபுவை உயிருடன் விட்டிருப்பாரா என்ற சந்தேகமும் பலமாக வந்தது.

ரகுவும் சரவணனும் தாங்கள் தயாரிப்பாளர் வீட்டருகில் வந்து விட்டதாகக் குறுஞ்செய்தி அனுப்பி இருந்தார்கள்.

நிர்விதா அங்கு விரைந்தாள். தயாரிப்பாளரின் மனைவியை

'பூஜை போட்ட அன்று பார்த்திருந்தார்கள். அவளே இவர்களை ஆர்வமாக வரவேற்றாள். "அவர் சிங்கப்பூர் போயிருக்கார்" என்றாள்.

ஆனால் அவள் கண்கள் அழுது வீங்கியிருந்தது. அவள் சந்தோஷமாக இல்லை என்பது நிர்விதாவிற்குப் புரிந்தது. பொய் சொல்கிறாள் என்பதும் புரிந்தது.

வீட்டிற்குள் நுழைந்ததும் வாசல் கதவுகளை அடைத்தவள் அடுத்து செய்த செயல் இவர்கள் சிறிதும் எதிர்பார்க்காதது.

நிர்விதாவின் காலில் விழுந்து கதறி அழுதாள். "சத்தியமா உன் குழந்தையை இவர் கடத்தச் சொல்லவே இல்லை!" என்று கூறி அழுதாள்.

இவர்கள் கஷ்டப்பட்டு அவளைச் சமாதானம் செய்தனர்.

அடுத்து தயாரிப்பாளரின் மாமனார் வந்து கையெடுத்துக் கும்பிட்டார்.

"அவன் பெண்கள் விஷயத்தில்தான் மோசம். மற்றபடி ரொம்ப நல்லவன்" என்று கூறி "அவன் மீது எந்தப் புகாரும் வேண்டாம் தயவு செய்து..." கண்ணீருடன் வேண்டி விட்டு உள்ளே சென்றார்.

தொழிலதிபர் மனைவி தொடர்ந்தாள். "உங்க மேல அவர் ஆசைப்பட்டது உண்மைதான்... அதுக்காக... இப்படி குழந்தையைக் கடத்துற அளவுக்கு அவர் மோசம் இல்லை!" என அழுதாள்.

நிர்விதாவிற்கு நெருப்புக் கடலில் குதித்தது போல் இருந்தது.

'இந்த வெட்கக் கேட்டை பொண்டாட்டிகிட்ட ஒருத்தன் சொல்வானா?' அதிசயமாகத் தோன்றியது. தர்ம சங்கடமாகவும் இருந்தது. கூச்சத்தில் நெளிந்தாள்.

ரகுவும் சரவணனும் "இப்படி ஒரு லூசுப் பொண்டாட்டியா?" எனத் தலையில் அடித்துக் கொண்டனர். "அந்தப் பாவி பொம்பள விஷயத்துல மோசம்தான். எல்லாம் இப்பதான் ஒரு அஞ்சு வருஷமாத்தான்... அதுக்கு இந்தப் பாவியும் காரணம்..." என்று தன் நெஞ்சில் அடித்துக் கொண்டு அழுதாள். நிர்விதா தடுத்தாள்.

"இவள் எப்படிக் காரணம்? வியப்புடன் எண்ணியபோது அவளே தொடர்ந்தாள். "என் பையன் பொறந்தப்ப எனக்கு முடியலை... ரெண்டு வருஷம் படுத்த படுக்கையா இருந்தேன். அப்பதான்", அழுதாள் 'அடிப்பாவி! அவன் படுத்த படுக்கையா இருந்தா நீ வேறு ஆள் தேடுவியா?' என நிர்விதா எண்ணிக் கொண்டாள். "ஆனா எதையும் இந்த மனுஷன் எங்கிட்ட மறைச்சதில்லை! அதனாலதான் இன்னைக்கு அவர் சொன்னதையும் நம்பறேன்" எனக் கண்ணைத் துடைத்துக் கொண்டாள்.

"பாருங்க அவர் வாக்கு கொடுத்தபடி ஷூட்டிங் ஆரம்பிச்சுடலாம். இனி தடங்கலே வராது! படத்தைச் சீக்கிரம் முடிங்க! அதுக்கு நான் பொறுப்பு. நீங்க வீணா அவர்மேல புகார் செய்து வேற தயாரிப்பாளர் தேடுறது கஷ்டம்.... நீங்க போலீஸ்ல அவர் மேல புகார் கொடுத்தாலும் படம் நின்னு போகும்! அதுனால மன்னிச்சிடுங்க! சமாதானமாப் போயிடலாம்" இப்போது வியாபார தொனியில் பேசினாள்.

இவர்களால் திகைத்து நிற்பதைத் தவிர, வேறு ஒன்றும் சொல்ல முடியவில்லை! ஆனால் வேறு வழியும் இல்லை. அவள் சொல்வது நூறு சதவீதம் உண்மை என்பதும் புரிந்தது. வேறு தயாரிப்பாளர் கிடைப்பது அரிது.

ரகுவும் சரவணனும் சுறுசுறுப்பானார்கள்.

"மேடம் கவலையே படாதீங்க. எங்களுக்கு ஸார் மேல எந்த சந்தேகமும் இல்லை! அந்த அபு தான் இந்த மூடத்தனத்தை செய்திருப்பான். எங்ளுக்குத் தெரியும். படத்தை சீக்ரம் முடிக்கறதுதான் நமக்கு நல்லது. ரொம்ப நாள் புரொடக்ஷன்ல இருந்தா மீடியால டாக் வேற மாதிரிப் போயிடும். அப்றம் 'சேல்' ஆகாது" ஒன்றாகச் சொன்னார்கள்.

நிர்விதா திகைத்து நின்றாள்.

அவர் மனைவி அடுத்து சினேகமாகச் சிரித்தபடி.... நிர்விதாவிடம் ஒரு வார படப்பிடிப்பிற்கான காசோலை ஒன்றைக் கொடுத்தாள். தொழிலதிபர் கையெழுத்து போட்டிருந்தார்.

நிர்விதாவிற்குப் புரிந்தது. அனைத்தும் அவர் சொல்லிக் கொடுத்து மனைவி பேசுகிறாள்.

இந்தக் காலத்திலும் நளாயினிகள் இருக்கிறார்கள்.

புருஷன் குஷ்டரோகியாக இருந்தாலும் அவன் ஆசை எத்தனை கீழ்தரமானதாக இருந்தாலும், எப்பாடுபட்டாவது கூடையில் சுமந்து சென்றாவது.... அவன் ஆசையை நிறைவேற்றுவது தான் மனைவியின் கடமை. அவள் தான் 'பத்தினித் தெய்வம்!! ஆண்கள் திட்டமிட்டு அழகாகக் கதை சொல்லியிருக்கிறார்கள்! சிரித்தாள் மனதில்.

நிர்விதா அமைதியாக நிற்பதைப் பார்த்து...." என்ன பண்றது....? தாலி கட்டிக்கிட்டேனே? ரெண்டு பிள்ளைகளையும் பெத்துப் போட்டுட்டேன்... உங்க அளவுக்கு எனக்குத் தைரியம் கிடையாது"! சலிப்புடன் சொன்னாள்.

ரகு சொன்னான் "நீங்க கஷ்டப்பட வேண்டாம் மேடம்! புகாரை வாபஸ் வாங்கிக்கிறதா கடிதம் மட்டும் கொடுங்க! நாங்க கொண்டு போறோம்" என்றனர் நிர்விதாவிடம். அவர் மனைவி "அந்தக் கஷ்டம் உங்களுக்கு வேண்டாம் தம்பி என்று, இன்னொரு காகிதத்தைக் கொடுத்தாள். அதில் நிர்விதா புகாரை வாபஸ் பெறுவதாகவும் அவர் உத்தமர்! அவர் மீது சந்தேகமே இல்லை என்றும் எழுதப்பட்டிருந்தது. அவள் போனாவைத் திறந்து கொடுத்தாள். நிர்விதா தன் வீட்டிற்கு வருவாள் என்பதை ஊகித்து விட்டார் என்பது புரிந்தது, இவர்களுக்கு.

"நிர்விதா! கையெழுத்து மட்டும் போட்டாப் போதும்! மத்ததை அவர் பார்த்துப்பார்!" என்றாள்.

நிர்விதா திகைத்து சிலையாகி விட்டாள்.

"நேற்றுதான் நான் புகார் கொடுத்தேன். அதற்குள் எப்படித் தெரிந்து, வாபஸ் வாங்க ஏற்பாடு செய்திருக்கிறார்?! யார் சொல்லியிருப்பார்கள்? காவல் நிலையத்தில் 'கறுப்பு ஆடு' யார்?' என்று அவள் மனம் கதறியது.

"மேடம் உங்களுக்கு இவர் மீது இன்னும் நம்பிக்கை வரலையா? உங்க வீடு உங்க தெரு வலது பக்கம் முட்டுச் சந்து. இடது பக்கம் மட்டும் தான் தெரு! தெருவின் ஒரு பக்கம் பொரி பொட்டுக் கடலை இத்தியாதி விற்கும் கடை! ஒரு பக்கம் டீக்கடை.... எப்பவும் கும்பல் நிற்கும் சரியா,....? அபு குழந்தையை கடத்தின அன்று.... உங்க பிள்ளைங்க பள்ளிக் கூடமே போகலை! சரிதானே...?!" எனக் கெஞ்சினாள்.

நிர்விதாவால் தன் மனக் கொந்தளிப்பை வியப்பை அடக்க முடியவில்லை.

''எப்ப...டி'' என்று மட்டும் கேட்டாள். ''உங்களைக் கண்காணிக்க தெரு முனையில் ஆள் போட்டிருந்தார். பிறகு எப்படி இவர் அபுவை அன்று கடத்தச் சொல்வார். அது தப்பு... குழந்தை விஷயத்தில் இவர் நிரபராதி'' என்றாள்.

ஆள் போட்டது, கண்காணித்தது, தவறில்லை. இவர் நல்லவர்! குழந்தையைக் கடத்திய அபு மட்டும் குற்றவாளி!"

நிர்விதாவிற்கு கர்நாடகாவில் சுட்டுக் கொல்லப்பட்ட எழுத்தாளர்கள் நினைவு வந்தது. தானும் சுடப்பட்டது போல உணர்ந்தாள். கொடுத்த புகாரை திரும்பப் பெற கட்டாயப் படுத்தப்படுகிறோம்... என்பதே அவளுக்கு அவமானமாக இருந்தது.

இந்த நாடு எங்கே போகிறது?!

ரகுவும் சரவணனும் அவள் காதருகே "மேடம் கையெழுத்துப் போட்ருங்க. இவரை ஜெயிலுக்கு அனுப்புனா... படம் நின்னுடும்...! அது ஆபத்து. கையெழுத்துப் போடறதுதான்! நமக்கு சேப்டி! கெஞ்சினார்கள்.

'குற்றங்கள் பெருக இதுதான், இதுதான் காரணம்! நமக்கு எந்தச் செயல் நன்மை பயக்கும்? நமக்கு எந்தச் செயல் பணம் தரும்? புகழ் தரும்? நமக்கு மட்டும் நிம்மதியான வாழ்க்கை தரும்? என்று நினைத்து பரிசீலித்து வாழ்க்கையில் முடிவுகள் எடுப்பதுதான் குற்றவாளிகள் தப்பிக்க... குற்றங்கள் பெருகக் காரணம்? நிர்விதாவின் மௌனம் அவளைப் பயமுறுத்தியது. தன் கணவனின் சாம்ராஜ்ஜியம் எங்கே சரிந்து விடுமோ, என்ற பயத்தில் மீண்டும் நிர்விதாவின் காலில் விழுந்தாள்.

''கூடப் பிறந்த சகோதரியா நெனைச்சுக் கேக்கறேன்... என்னைக் காப்பாத்துங்க... என் பிள்ளைகளுக்கு அம்மா வேணும்...! பதினாலு வயசுப் பொண்ணு.... ஏழு வயசுப் பையன்... அம்மா இல்லாம வாழ முடியாது!! பெரிதாக அழுதாள்.

'இவளுக்கு கொடுக்கப்பட்ட வேலையை இவள் வெற்றிகரமாக முடிக்காவிட்டால் இவள் உயிருக்கும் ஆபத்தா?!!

அதிர்ந்தாள் நிர்விதா. குழந்தைகளுக்கு அம்மா தேவை. உடன் கையெழுத்துப் போட்டாள் நிர்விதா.

அவள் "உடனே வீட்டுக்கு போங்க. உங்க புருஷன் உங்க அம்மாகிட்ட தகறாறு பண்ணிக்கிட்டு இருக்காராம்!" என்று அவர்கள் ஒற்றன் மூலம் கிடைத்த உபரிச் செய்தியை அக்கறையுடன் சொன்னாள்.

16

நிர்விதா காற்றைவிட வேகமாக தன் இரு சக்கர வாகனத்தை இயக்கினாள்.

நிர்விதா வீடு வந்தபோது... குழந்தைகள் கதறியபடி அவளைக் கட்டிப் பிடித்து 'அம்மா உன்ன விட்டுட்டு அப்பாட்டப் போக முடியாது! மாட்டோம்" என அழுதனர்.

நிர்விதா மனம் குழந்தைகள் வீட்டில் இருக்கிறார்கள் என்பதில் நிம்மதியானது. அவர்களை அணைத்து ஆறுதல் கூறினாள்.

அம்மா ஒரு பக்கம் மூக்கைச் சிந்தி "உனக்கு மட்டும் ஏண்டி இத்தனை ப்ரச்சனை?" என அங்கலாயத்தாள். அம்மாவையும் சேர்த்து அணைத்துக் கொண்டாள்.

அம்மா அழுகை அடங்கியதும் "இப்பவே என் குழந்தைகளை நான் கூட்டிட்டுப் போறேன்'னு ரொம்ப ரகளை பண்ணீட்டான். என் வயசுக்கு கூட மதிப்புக் கொடுக்கலை! நீ அவன் பிள்ளைகளை பள்ளிக் கூடம் அனுப்பாம முட்டாள் ஆக்கறியாம். நல்லவேளை நீரும்மா... இந்த டீக்கடைல இருந்து ரெண்டு பேர் வந்து அவனை இழுத்துப் போட்டு அடிச்சுக் குழந்தைகளைக் காப்பாத்தினாங்க... அடினா அடி... தாங்க முடியாம, 'அத்தை காப்பாத்துங்கனு' அப்பக் கெஞ்சறான்' சரி விட்டுத் தொலைங்க! இந்தப் பிள்ளைங்களோட அப்பாதான்னு நான் சொன்னப்பறம்தான் விட்டாங்க!" அம்மா நிம்மதிப்

பெருமூச்சுடன், தெய்வமே அனுப்பிச்ச மாதிரி வந்தாங்க...'' என்றாள்.

நிர்விதா மனதில் சந்தேகமே இல்லாமல் இது தன்னை வேவு பார்க்க நிறுத்தப்பட்ட ஆள் வேலைதான் என்று தோன்றியது. தெய்வம் அனுப்பியதா? சாத்தான் அனுப்பியதா? எண்ணியபோது சிரிப்பு வந்தது.

''அம்மா அவங்களுக்கு நன்றி சொல்லணும், உன்னால அடையாளம் காட்ட முடியுமா? டீக்கடைல இருந்தாக் காட்டு!''

வர்ஷினி குஷியாக ''அம்மா! அந்த அங்கிளை நான் காட்டுறேன்! நல்லாப் பாத்தேன்!'' என்றாள்.

தேநீர்க் கடையில் அவன் இருந்தான். சற்றுத் திகைத்தான். குடும்பமே நன்றி சொன்னதைக் கேட்டு, தலையைச் சொறிந்து சிரித்தான். பதில் சொல்லவில்லை.

சற்று நேரத்தில் அவன் இவர்கள் வீட்டு வாசலில் நின்றான். அதே சமயம் நிர்விதாவின் கைபேசியில் தொழிலதிபர் மனைவி வந்தாள்.

''இனி அவன், உங்க, பிள்ளைங்க பாதுகாப்புக்கு.... உங்க வீட்டுக்கு, காவலா இருப்பான்! என்ன வேலை சொன்னாலும் செய்வான்! இனி படப்பிடிப்புக்கு நான் வர்றேன்!'' நட்புடன் அன்புடன் மரியாதையுடன் சொன்னாள்.

ஒரே ஒரு கையெழுத்தில் 'ஒற்றன்' 'பாதுகாவலன்' ஆன கதை நிர்விதாவிற்கு சுவாரஸியமாக இருந்தது. அடி மனதில் ஆழ்மனதில் அவமானமாகவும் இருந்தது.

'என்ன செய்ய? பொறுத்துதான் போகணும்!' பலர் சொல்லக் கேட்டிருக்கிறாள்.

அது 'பொறுமை' என்ற நல்ல குணம் சார்ந்த வார்த்தை இல்லை. ஒரு இக்கட்டான சூழ்நிலையில், அதற்கு மேலும் போராட முடியாமல், 'குடும்பம்' என்னும் பாரம் பின்னுக்கு இழுப்பதால்.... பணிந்து போகும் போது.... இயலாமையால் வரும் வார்த்தை. இன்று தானும் அந்த நிலைக்குத் தள்ளப் பட்டிருக்கிறோம் என உணர்ந்தாள் நிர்விதா.

நிர்விதா மீண்டும் வெளியே செல்லத் தயாரான போது அம்மா பதட்டமானாள்.

"என்னடீ... என்ன..."

"அம்மா உன் நகையை மீட்கப் போறம்மா... அப்பா கூட வேலை பார்த்த சுந்தரம் மாமாவுக்கு தெரிஞ்ச எடத்துலதான் வச்சேன்! அவர் சொல்றாரு...! அம்மா நிர்விதாவின் கண்ணுக்குள் பார்த்தாள். "இனி தேவைப்படாதா?"

நிர்விதா சந்தோஷத்தை வரவழைத்து "இனிப் ப்ரச்சனையே கிடையாது.... ஷுட்டிங் முடிச்சிடலாம்! தயாரிப்பாளர் மனைவிகிட்டதாம்மா பேசிட்டு வந்தோம்" என்றாள்.

சொன்னபடி நிர்விதா நகைகளை மீட்டு வந்து கையில் வைத்தபோது அம்மா சந்தோஷமானாள்.

"ஏண்டீ இதே மாதிரி உன் தாலிச்சங்கிலியையும் அடகு வைச்சிருந்தா இப்படி மீட்டிருக்கலாம்ல.... இப்படியா தாலியோட விப்பே?" வருந்தினாள் அம்மா.

"புருஷனே இல்லைனு ஆயிடுச்சு! அப்றம் எதுக்கு அவன் கட்ன தாலி விடும்மா!"

''ஆயிரம் இருந்தாலும்... அடிச்சாலும் புடிச்சாலும் புருஷன்..."

"அம்மா வேண்டாம்... பகல்னு ஒண்ணு வந்தா, ராத்திரி வரும்'... கேட்டுக் கேட்டு காது புண்ணாப் போச்சு..."

"ஏண்டி நான் உண்மையப் பேசறேன். நீ வீராப்பு பேசற புருஷன் இல்லாம வாழ முடியுமா?..."

"ஏம்மா அந்தக் காலத்துல ஏழு வயசுலயும், பத்து வயசுலயும் விதவை ஆனாங்களே, அவங்களுக்கு மட்டும் பகலாவே இருந்துச்சா? ராத்திரியும் வந்திச்சில்ல? அதுக்கு என்ன செஞ் சீங்க?" "நான் என்னடி செய்ய?" அழுதாள்.

"நீ பேசாம இரு! அது போதும்! நான் ஒரு செப்புக்குடம் வாங்கறேன் அதுல தண்ணி வச்சுக்குடிச்சா... அப்றம் என்னென்ன விரதங்கள்னு கேட்டுச் சொல்லு! அப்படி இருந்துக்கறேன்! இனிமே இவனைப் புருஷன்னு சொல்லாதே!" கத்தினாள்.

அவள் கைபேசியில் வந்தான் புருஷன் "பாரு சாத்தானைப் பத்தி நினைச்சா சாத்தான் வருது!" திட்டியபடி அழைப்பை

ஏற்றாள். எடுத்த எடுப்பில் ''என்னடீ அடியாள் வச்சு அடிக்கறியா?" நீ அவ்வளவு தூரத்துக்கு ஆளாயிட்டியா... ஏழு வருஷமா உன் கூட குடும்பம் நடத்துனம் பாரு! எப்டி பத்தினி தெய்வமா வேஷம் போட்டே?!.... ஏமாந்துட்டனே?!

நிர்விதாவிற்கு இத்தனை கஷ்டத்திலும் சோகத்திலும் சிரிப்பு வந்தது, "அடப்பாவி நான் சொல்ல வேண்டியத நீ சொல்றியா? ஏழு வருஷமா நீ நடிச்சியா?.... நானா? சரி ரெண்டு வருஷமா பிள்ளைங்க மேல இல்லாத அக்கறை, இப்ப என்னடா? இருக்கமா செத்தமானு கூடப் பாக்காத நீ பேசறியா!" என தொடர்பைத் துண்டித்தாள்.

அம்மா, முந்தானையால் வாயைப் பொத்தி.... மிரண்டு அழுதாள். நிர்விதாவின் கைபேசி மீண்டும் அடித்தது. நிர்விதா கோபம் தாறுமாறாக எகிற... பார்த்தாள்.

காவல் நிலையத்தில் இருந்து அழைப்பு.... அவள் கோபம் அடங்கி... குற்ற உணர்வு.... மனமெங்கும் வியாபித்தது. தலையைக் குனிந்தபடி எடுத்தாள். கடுமையாகப் பேசுவார்கள் என பயந்தாள்.

ஆனால் அந்த அதிகாரி, "இது நான் எதிர்பார்த்தது தான்! நீங்க கவலைப்படாதீங்க... திரும்ப இதே மிதப்புல, தப்பு பண்ணுவாங்க... அப்ப பிடிச்சு முட்டிக்கு முட்டி தட்டலாம்" என்றார்.

பள்ளிக்கூடத்தின் மீது 'பொதுநல வழக்கு' அதுக்கு 'கோவாப்பரேட்' பண்ணுங்க!" என முடித்தார். "கண்டிப்பா ஸார்... அதை வாபஸ் வாங்க மாட்டேன்!" என்றாள் உறுதியாக. அடுத்து பள்ளிக்கூடத்தில் இருந்து அழைத்தார்கள். நிர்விதா கைபேசியையே செயலிழக்கச் செய்தாள்.

அம்மா ''ஏண்டி.... மாப்ள ஆறு மாசத்துக்கு ஃபீஸ் கட்டீருக்காராம் அவரும் எங்கிட்ட கோபமாச் சொன்னாரு... ஸ்கூல்ல இருந்தும் கூப்பிட்டாங்க.... நாளைல இருந்து அனுப்பச் சொன்னாங்க!..."

"உனக்கு ஏன் ஊர் வம்பு?" எப்பப் பாரு வீட்ல ப்ரச்னை தேவையாடி உனக்கு?

"நீ வெளியே போனாலே என் பெத்த வயிறு பத்தி எரியுது...

பயமா இருக்குடி,...!" அழுதாள் அம்மா.

"நிர்விதா மௌனம் காத்தாள்."

"என்னடீ நான் கரடி மாதிரி கத்தறேன். நீ உங்கப்பா மாதிரி பேசாம இருக்க... பிள்ளைங்க படிப்பு கெட்டுப் போகுதுல்ல.

நிர்விதாவின் மூளை இயங்க மறுத்தது. வரிசையான நிகழ்வுகள், வரிசையாக கணவன், காவல்துறை, பள்ளிக்கூட அழைப்புகள்.

அவளும் மனுஷிதானே? எத்தனை மன அழுத்தம் தாங்க முடியும்?

"சரிம்மா நாளைல இருந்து ஸ்கூலுக்கு அனுப்பலாம்" என்றாள்.

அம்மா உடனே சந்தோஷமானாள்.

"இனி மாப்ளை கோபப்பட மாட்டார்." என்றாள். அவள் கவலை அதுதான் பள்ளிக்கூடம், கல்வி பற்றி இல்லை என்று புரிந்து... 'அம்மா மாறவே மாட்டாள்' என எண்ணிக் கொண்டாள் நிர்விதா.

ஆனால் அவள் மனம் இரவில் படுத்ததும் முதல் கேள்வி இதுதான் கேட்டது.

அபு கிடைக்காத வரை, அவன் ஏன் குழந்தையைக் கடத்தினான் எனத் தெரியாதவரை... தொழிலதிபர் பங்கு அதில் உண்டா... இல்லையா என்பதும் தெரியாத வரை... குழந்தைகளை பள்ளிக்கூடம் அனுப்புவது சரியா?

அடுத்து கணவன் ராம்... அவன் என்ன செய்வான் என்றே அவளால் ஊகிக்க முடியவில்லை.

ஏழு வருடங்கள் இவனைவிட நல்ல புருஷன் யாருக்கும் கிடைக்காது என்று நினைத்திருந்தாள்.

முதன் முதலாக தனக்கென்று ஒரு ஆசை... லட்சியம் உண்டு என்று சொன்னபோது அவன் காட்டிய அலட்சியம்.... செய்த துரோகம் இரண்டு வருடம் எட்டிக் கூடப் பார்க்காமல் இருந்தது....

இப்போது திடீரென தினம் தினம் தொந்தரவு கொடுக்கிறான்?

ஏன்? ஏன்? ஏன்? எத்தனை சிந்தித்தும் அவளுக்குப் புலப்படவில்லை.

அடுத்து தொழில் அதிபர் மனைவி, இனி படப்பிடிப்பு எவ்விதத் தடங்கலும் இன்றி நடக்கும் என்கிறாள். அன்று அபு கூட அப்படித்தான் தொழில் அதிபர் வாக்கு கொடுத்தார்' என சந்தோஷப்பட்டான். ஆனால் அடுத்த நாளே ப்ரச்சனை செய்தார்.

அபு... அபு... என்ன ஆனான்? வழக்கம் போல நிர்விதா இந்த எண்ணத்தின் விளிம்பில் உறங்கி விட்டாள்.

''அம்மா இன்னும் ரெண்டு நாள்ள ஷூட்டிங் ஆரம்பிச்சுடுவோம்! அதனால இன்னைக்கு நான் போயி பிள்ளைகளைக் கூட்டிட்டு வரேன்!" என்றாள் நிர்விதா.

அம்மா "சரிடீ.... ஆனா தப்பித் தவறி மாப்ள்ளை அங்க வந்தா... தயவு செய்து, சண்டை போடாதே... வாடா போடானு பேசாதே..." கெஞ்சினாள்.

நிர்விதா.... "அம்மா.... நீ மாறவே மாட்டியா?" கோபித்துக் கொண்டு சென்றாள்.

பக்கத்து வீட்டுப் பாட்டி..... "அம்மாடீ இங்க வாம்மா எனக்கு கொஞ்சம் ஒத்தாசை பண்ணேன்.... என்று பாத்திரம் தேய்த்து தரச் சொல்கிறாள். நிர்விதா செய்து முடித்துவிட்டு "நா வர்றேன் கோதுமை மாவு வாங்கணும் என்றதும்... அந்த பாட்டி "இந்தா எங்கிட்ட இருக்கு எடுத்துப் போ" என்கிறாள். நிர்விதா அதை அம்மாவிடம் கொண்டு கொடுத்து விட்டு "சப்பாத்தி பண்ணி வைம்மா! நான் பிள்ளைகளை கூட்டி வர்றேன்" என்று கதவைத் திறந்தபோது....

ஒரு டிராகன் சிவப்பு நிறத்தில் பெரிதாக பிள்ளைகளை அலகில் பிடித்துக் கொண்டு வந்தது.

நிர்விதா தொண்டையில் கடல்பஞ்சை வைத்து அடைத்துவிட்டது போல மூச்சுத் திணறியது.

ஆனால் குழந்தைகளை அவள் முன் இறக்கிவிட்டு அது பறந்துவிட்டது.

மகள் வர்ஷினி "அம்மா பயப்படாதே! 'க்ளாஷ் ஆப் குயின்ஸ்' விளையாட்டுல வர்ற டிராகன்தான். நம்ம கோட்டையைக்

காப்பாத்த வந்திருக்கு'' என்றாள். சந்தோஷமாக. நிர்விதா அவளைத் திட்டக் கூட முடியாமல் திகைத்தாள்.

அம்மா கத்தினாள். "இங்க பாருடீ இது கோதுமை மாவு இல்லை! சப்பாத்தியாவே இருக்கு... ஆனா... ஆனா... அவளால் முடிக்க முடியவில்லை. அந்த உறையில் இருந்து சப்பாத்தி தானே எழும்பிப் பறந்தது. மகள் வர்ஷினி "ஐ சப்பாத்தி" என ஒன்றைப் பிடித்துக் கடித்தாள்.

சப்பாத்திகள் நிர்விதா கண் முன் ஜன்னல் வழியாக பறந்து சென்றது. வர்ஷினி கடித்த சம்பாத்தியும் அவளையும் தூக்கிப் பறந்து சென்றது. நிர்விதா "அம்மா அம்மா இவன் சப்பாத்தி சாப்படாம பாத்துக்க... நான் அவளைக் காப்பாத்தணும் என ஜன்னல் வழியாகத் தானும் குதித்துத் தொடர்ந்து ஓடினாள்.

அந்தச் சப்பாத்தி சுடுகாட்டுப் பக்கத்தில் ஒரு கடையில் விழுந்தது. வர்ஷினியை ஒரு கை பிடித்து தூக்கி அங்கிருந்த மேடை மேல் பொம்மை போல உட்கார வைத்தது. அங்கே நிறைய பெண் குழந்தைகள் அப்படி இருந்தது. அந்தக் கொடூரன் பேசினான் "வா நீரும்மா... வா!" அது அபு. நிர்விதா கத்தினாள் "அபு... அபு... விட்ரு!" அபுவின் முகம் தொழிலதிபர் முகமாக மாறியது. "நீயா... நீயா'' என்றபோது... அவர் மனைவி.... "பதறாமல் ஒரு அரைமணி நேரம் நிர்விதா அவ்வளவுதான்..." என்றாள்.

நிர்விதா "சீ....'' என்று கதறி கட்டிலில் இருந்து கீழே விழுந்தாள். வலித்தது. மனம் வலித்தது. நல்லவேளை அம்மா எழும்பவில்லை. நிர்விதா சற்று நிம்மதியானாள். கீழே விரிக்கப்பட்டிருந்த மெத்தையில் விழுந்ததால் அதிகம் சப்தம் வரவில்லை.

சே! என்ன கனவு இது? அபு, தொழிலதிபர், அவர் மனைவி, டிராகன்... பக்கத்து வீட்டுப்பாட்டி.... 'பித்தளை அண்டாக்கள்".... பறக்கும் சப்பாத்திகள்...

அவள் மனம் பதறியது. எப்படி இருந்தாலும் இனி படம் முடியும் வரை (பள்ளிக்கூடம்) வேண்டாம் என முடிவெடுத்தாள்.

17

காலையில் அம்மா சுறுசுறுப்பாக... பள்ளிக்கூடத்திற்குத் தயாராகச் சொன்னாள் குழந்தைகளிடம்.

குழந்தைகள் ''இன்னைக்கு ஒரு நாள் லீவு பாட்டி! நாளைக்குப் போலாம் பாட்டி''

நிர்விதா "படம் முடிக்கற வரை உங்களுக்கு பள்ளிக்கூடம் லீவுதான்." "ஐ! ஜாலி! ஜாலி! மம்மி நாங்களும் ஷூட்டிங் வரோம்!"

"என்னடீ... நேத்துதானே இன்னைக்கு அனுப்பலாம்ன.... இப்ப இப்படிப் பேசற? பிள்ளைங்க படிப்பு மேல உனக்கு அக்கறையே இல்லையா? நான் வர்ஷினி டாக்டர் ஆகணும், வருண் இன்ஜினியர் ஆகணும்னு கனவு கண்டுக்கிட்டு இருக்கேன்!"

"அம்மா நிறுத்து...! அவங்க வாழ்க்கை அவங்க இஷ்டம்! நீ ஏன் கனவு காண்ற?" "ஆமாண்டீ உன் பிள்ளைங்களப் பத்தி நீதான் ஆசைப்படணும்! நான் கனவு காண்றது தப்புத்தான்" அம்மா அழ ஆரம்பித்தாள்.

''அம்மா நான் தெளிவா சொல்றேன், நானும் அவங்க படிப்பப் பத்திக் கனவு காண மாட்டேன்! அது அவங்க வளர்ந்து அவங்க இஷ்டம்! அழுறத நிறுத்து! அவங்க வாழ்க்கையையும் நம்ம வாழக் கூடாது." புரிதல் இல்லாது அழுதாள் அம்மா.

அம்மா இரண்டு மணி நேரமாக அதே இடத்தில் துயரத்துடன் அமர்ந்திருந்தாள்.

நிர்விதாவிற்கு மனது கஷ்டப்பட்டது. 'பாவம் அம்மா' என்று தோன்றியது.

அம்மா அருகில் வந்து புன்னகையுடன்...

"அம்மா கோவிலுக்குப் போகலாமா" எனக் கேட்டாள்.

அம்மா கண்கள் விரிந்தது. முகத்தைத் துடைத்து சுறுசுறுப்பாக எழுந்தாள். பிறகு சந்தேகத்துடன் "என்ன திடீர்னு கோவிலுக்கு... வரமாட்டியே நீ?" கேட்டாள்.

"என் அம்மாவுக்கும் எனக்கும் சண்டையே வரக்கூடாது! அதுக்குத்தான். என் பிள்ளைங்க புத்திசாலியா வளரணும்!' தன் குழந்தைகளைக் கொஞ்சினாள்.

''அம்மா, நிர்விதாவை கண்ணுக்குள் பார்த்து ''அது மட்டும்தானா?'' கேட்டாள். நிர்விதா சிரித்தாள். "கண்டு பிடிச்சிட்டயா.... கடவுள்ட்ட இனிமே மனுஷங்களுக்கு வியாதியே கொடுக்காதே! டாக்டர் படிப்புனு ஒண்ணு இல்லாமலே போகட்டும்னு வேண்டப் போறேன்'' நிர்விதா உண்மையாகச் சொல்லவும் அம்மா சிரித்து விட்டாள்.

"என்னம்மா சிரிக்கறே?"

"பின்ன நீ என்ன சின்னக் குழந்தையா! நடக்கற காரியமாப் பேசுவியா...?"

"என்னம்மா சொல்ற? நா ஊருக்கு நல்லதை வேண்டறேன் சாமி செய்யாதா?" நிஜமாகக் கேட்டாள்.

அம்மா அடக்க முடியாமல் சிரித்தாள்.

''என்னம்மா இப்படிச் சிரிக்கறே?'' அப்படீனா சாமி செய்யாதா? அப்றம் எதுக்கு நீ கோவிலுக்குப் போற?" அம்மா சிரித்துக் கொண்டே இருந்தாள்.

"அம்மா கடவுள் மேல நம்பிக்கையே இல்லாம நீ கோவிலுக்குப் போறே போல... அதைவிட நானே தேவலாம்.... எனக்கு நம்பிக்கை இருக்கு! வா! போகலாம்" என்றாள் நிர்விதா.

எதற்காக டாக்டர் படிப்பு படிக்க இத்தனை போராட்டம்....? மருத்துவமனைகளின் ஆடம்பரத் தோற்றம்.... அபரிமிதமான பணம்... சமூக மரியாதை, அந்தஸ்து... பணம் செலவு செய்து பணம் எடுக்கும் வியாபாரம்...

மனிதநேயத்துக்காக... சேவை மனப்பான்மையில் செய்ய வேண்டிய தொழில் சேவை மனப்பான்மை உள்ளவர்களுக்கு

மட்டும் வாய்ப்புக் கொடுத்தால் நன்றாக இருக்குமே?!

எத்தனை தற்கொலைகள்.... 12வது தேர்வு முடிவு வந்ததும்... நீட் தேர்வு முடிவு வந்ததும்... உண்மையில் மக்களுக்கு சேவை செய்ய வேண்டும் என்ற மனம் இருந்தால் எத்தனை மார்க்கம் இருக்கிறது??!! இந்த சமுதாயத்தை... அதன் குறுகிய எண்ணங்களை... மாற்று' என வேண்டிக் கொண்டாள் நிர்விதா.

'உலகத்தில் வாழ... மற்றவர்களுக்கு உதவி செய்ய... சேவை செய்ய வழியா இல்லை? உயிரை விடுவதால் பயன் பூஜ்யம்தான்', என்பதை உணர்த்த ஒரு படம் பண்ண வேண்டும் என்ற உறுதியான எண்ணமும் அவள் மனதில் பிறந்தது.

கோவிலை விட்டு வெளியே வரும் போது அபு ஞாபகம் வந்தது. 'நல்லவனோ கெட்டவனோ... அவன் குடும்பத்திற்கு அவன் வேண்டும்... கடவுளே காப்பாத்து! என வேண்டிக் கொண்டாள்.

அதே சமயம் தொழிலதிபர், தன் ஆட்கள், அந்தரங்கக் காரியதரிசி என்ற பெயரில் இருந்த அடியாட்களிடம் கத்தினார். "என்னடா ரெண்டு நாளாத் தேடுனீங்க... காணும்னா என்ன அர்த்தம். அபு அல்லது அவன் பாடி இல்லாம பாலக்காட்டை விட்டு நீங்க வரக்கூடாது! ஆமாம்'' என்று கைபேசித் தொடர்பைத் துண்டித்தார்.

அமைதிப் பள்ளத்தாக்கில் காட்டில் கிடந்த அபுவை, பலமான காயங்களுடன் கிடந்த அபுவை ஒரு கரடி பலமுறை சுற்றி வந்து முகர்ந்து உண்ணாமல் சென்றது.

கரடி சென்ற பிறகு, தொழிலதிபரின் அடியாட்கள் இருவர், அருகில் வந்தனர்.

"பொணத்தைக் கொண்டு எசமான்ட் வீசிடலாம்'' என காரில் ஏற்றினர்.

படப்பிடிப்பு மீண்டும் துவங்கியது. முதல் நாள் படப்பிடிப்புக்கு கிளம்பியபோது, அவள் கைபேசி, அவளுக்கு காயத்ரி கொடுத்த காசோலை செல்லாது என்றும், அதற்கு அபராதம் விதிக்கப்பட்டதையும் குறுஞ்செய்தியாகச் சொன்னது.

நிர்விதா வெறுப்பின் எல்லைக்கே வந்துவிட்டாள். படப்பிடிப்பு தளம் வந்து காயத்ரியிடம் படபடப்பாக...

அவள் ஏழு நாள் படம் பிடிப்புக்காக கொடுத்த காசோலை திரும்பி விட்டது என்பதை நிர்விதா அதிர்ச்சியுடன் சொன்னபோது "ஏன்... தெரியலையே?" என எதிர் கேள்வி கேட்டாள்.

"சரி நா பாத்துக்கறேன்" என்றாள் மிக அமைதியாக. படப்பிடிப்பு நான்கு நாட்களாக இடைவிடாது நடந்தது. தொழிலதிபரின் மனைவி படப்பிடிப்பு ஆரம்பிக்கும் போதும் முடியும் போதும் தவறாது வந்தாள்.

காலையில் அன்றைய உணவு, தேநீர் இத்யாதி செலவுகளை சரியாகக் கணக்கிட்டு தயாரிப்பு நிர்வாகியிடம் கொடுத்துவிட்டுச் சென்றாள். மாலை படப்பிடிப்பு முடிந்ததும் வந்து, தானே தன் கையால், பணத்தை பலமுறை எண்ணி சரிபார்த்துக் கொடுத்தாள். தயாரிப்பு நிர்வாகி அவர்களின் கம்பெனி ஆள்தான். இருந்தும் அவரையும் சந்தேகத்துடன் பார்த்தாள். உதவி இயக்குநர்களுக்கும் தினமும் பணம் கொடுத்தாள். ஆனால் நிர்விதாவிற்கு எதுவும் தரவில்லை. ஆனால் "டபுள் பேட்டால்லாம்' கொடுக்க முடியாது ஏழு மணிக்குள்ள முடிச்சிரு!! என்று நிர்விதாவுக்கு எச்சரிக்கை விடுத்தாள்.

பத்து நாள் படப்பிடிப்பு இப்படியாக முடிந்தபோது.. அபு பற்றி சுத்தமாக மறந்திருந்தார்கள்.

அடுத்த நாள் படப்பிடிப்புக்கு, ஒரு 'நீச்சல் குளம், அருகில் காடு.... பங்களா என்று ஒரு இடம் தேடியபோது...' தயாரிப்பு நிர்வாகி திணறினார். ஆனால் காலையில் எதுவும் சொல்லாது சென்ற காயத்ரி (தயாரிப்பாளர் மனைவி) மாலை "லொகேஷன் கெடச்சிடுச்சு! ஷூட்டிங் முடிச்சதும் போய் பார்க்கலாம்" என்றாள்.

மாலை சென்றபோது ரகு மட்டும் "இந்த லொகேஷன் எனக்கு எப்பவோ பார்த்த மாதிரியே இருக்கு!" என்றான்.

அடுத்த நாள் காலை படப்பிடிப்புக்கு வந்த ரகுவின் அப்பா நிர்விதாவிற்கு காலை சிற்றுண்டி கொடுக்கும் போது "இது அபுவின் இடம்! பத்து வருஷம் முன்னால ஆசையா வாங்கிப்

போட்டான். பாவி! என்ன செய்தான்? எங்க போனான்னே தெரியலையே" எனப் புலம்பி விட்டுப் போனார்.

நிர்விதாவிற்கு தூக்கி வாரிப்போட்டது. அபுவிடம் இத்தனை பணமா? சொத்தா? அவன் ஒருநாள் கூட இதைப் பற்றிப் பேசியதில்லை என்பது மட்டுமல்ல எப்போதும் "நீரும்மா சாப்ட ஏதாவது இருக்குமா" என இரக்கமாகக் கேட்பான்.

சிலசமயம், "சாப்டு ரெண்டு நாள் ஆச்சு! இன்னைக்குதான் கோவளம் போனவங்க... 'வஞ்சிரமீன்' கொடுத்தாங்க" என்று கூறி அதை இவளை அவசர அவசரமாகச் சமைக்க வைத்து, சாப்பிட்டிருக்கிறான் என்பதும் நினைவில் வந்தது.

எப்போதும் வறுமை... பசிக் கோலம் போட்டு ஏமாற்றியிருக்கிறான்.

மதிய உணவின் போது உதவி இயக்குநர் சரவணனும் அதைத்தான் சொன்னான்.

"மேடம் பிச்சைக்காரன் மாதிரித் திரிஞ்சானே பாத்தீங்களா?..."

ரகு பெரிதாகச் சிரித்தான்.

"சொல்லிட்டுச் சிரி மச்சி!" என கெஞ்சினான் ரவி.

"இல்லை சின்ன வயசுல வாடகைக்கு வீடு பாக்கப் போனோம்! அப்ப நான் 'அப்பா இந்த வீடு வேண்டாம்!, 'பிச்சைக்காரன்லாம்' திண்ணைல உக்காந்திருக்கான் பாரு!' அப்படீனு நாலு அடி இருக்கும்போது, சொல்லி, அதுக்குமேல நடக்காம நின்னுட்டேன். எங்கப்பா.... 'நல்லவேளை தூரம் இருக்கிறதுனால அவர் காதுல விழலை! அவர் தாண்டா எட்டு வீட்டுக்கும் ஓனர்'னாரு... தொகுப்பு வீடு அது!" என மீண்டும் சிரித்தான்.

"அதாண்டா உலகம்! பணக்காரன் பிச்சைக்காரனா நடிக்கறான்! பிச்சைக்காரன் 'டக்இன்' பண்ணிக்கிட்டுத் திரியறான், நம்மள மாதிரி" என்றான் மோகன்.

நிர்விதாவிற்கு தன் வீட்டு நிலைமை ஞாபகம் வந்தது. வேண்டும் என்றேதான் தனக்கு பத்து நாளாகப் பணம் தரவில்லை என்பது புரிந்தது. கேட்கப் பயமாக இருந்தது.

கேட்டால் கோபித்துக் கொண்டு மீண்டும் படப்பிடிப்பை நிறுத்திவிட்டால் கஷ்டம்! 'இந்தப் படத்தை எத்தனை சீக்கிரம் முடிக்க முடியுமோ அத்தனை சீக்கிரம் முடித்து வெளியிட்டால்தான், வாழ்வு'.

அம்மாவிடம் மீண்டும் நகையைக் கேட்க தயக்கமாக இருந்தது.

"ஓகே லன்ச் பிரேக் அரைமணி நேரம்தான்... ரெடி" எனப் பரபரத்தாள் நிர்விதா. அப்போது ரவி "ரெடி மேடம் ஆனா ஒரே ஒரு டவுட்டு. அபு நாய் காணாமப் போயி பத்து நாளைக்கு மேல ஆச்சே... யாருமே தேடி வரலை? அவனுக்குப் பொண்டாட்டி புள்ளைங்க இல்லியா?" என சந்தேகத்தைக் கிளப்பினான். மற்றவர்களும் "அதானே அதை நம்ம யோஸிக்கவே இல்லையே?" என்றனர். நிர்விதாவிற்கும் அபு பற்றிய மர்மம் கவலை அளித்தாலும், "ஷெட்யூல்படி படம் முடிக்கணும்பா! வாங்கப்பா!" என்றாள்.

அன்று, நீச்சல் குளத்தில் இருபது குழந்தைகள் நீச்சலிடிக்கும் காட்சி. ஏற்கெனவே நீச்சல் தெரிந்த குழந்தைகளைத்தான், கூட்டி வரவேண்டும் என நிர்விதா சொல்லி இருந்தும், சில குழந்தைகள் நீச்சல் தெரியாது, என்றனர். அவர்களை கூட்டி வந்த நடிகர்கள் ஒருங்கிணைப்பாளர் "தெரியும்னுதான் எங்கிட்டச் சொல்லுச்சுங்க! நான் என்ன நீச்சல் குளமா வச்சிருக்கேன்... பாத்துக் கூட்டி வரதுக்கு" என எகிறினான்.

நிர்விதா பதில் பேசவில்லை. நீச்சல் தெரிந்த குழந்தைகளும் சொதப்பினார்கள்.

"ஒன் மோர் டேக்!".... சொல்லி சொல்லி... நிர்விதா வெறுத்துப் போனாள். சில சமயம் அப்படித்தான். அன்று எதிர்பார்த்தபடி இரண்டு காட்சி முடிக்க முடியவில்லை.

மாலை சம்பளம் கொடுக்கும்போது "நாளைக்கும் இதே லொகேஷனா என்ன நிர்விதா ஒரே நாள்ளல முடிச்சிர்றதா சொன்ன? "எனக் காயத்ரி அலுத்துக் கொண்டாள். "ஸார்ட்டப் பேசிட்டு முடிவெடுக்கணும். தொழிலதிபரிடம் பேசிவிட்டு வந்தாள். பிறகு 'ஸார் ஓகே சொல்லிட்டாரு' என்றாள்.

"நான் கூட ஒரு நாள் கால்ஷீட் தான் சொன்னேன்! இதுங்க

வீட்ல பேசி நாளைக்கும் வாங்கணும்” என இவர்கள் தவறு போல ஒருங்கிணைப்பாளரும் அலுத்துக்கொண்டான்.

“ம்... இதான் சினிமா! முதல் படம்னா சின்னத் துரும்பு கூட ‘டிஸ்கரேஜ்’ பண்ணும் அவமானப்படுத்தும். நம்ம தான் பொறுத்துப் போணும்” அவர்கள் சென்ற பிறகு ரகு சொன்னான். “நம்ம ஜெயிக்கறோம்! இந்த மாதிரி தூசிப் பயலுக கண்ல விரலை விட்டு ஆட்டணும்” கொதித்தான் மோகன்.

ரகு “முடியாது உன்னால... ஏன்னா நீ ஜெயிச்சா அவனே உன் கால்ல விழுந்திருவான்... செத்த பாம்ப அடிக்க முடியுமா?” எனக் கேட்க..., சிரித்தார்கள்.

ரவி வந்து “எனக்கு ஒரு டவுட்டு. புரொட்யூஸர் சிங்கப்பூர்ல இருந்து வந்துட்டாரா? காயத்ரி மேடம் ‘‘ஸார் ஓகே சொன்னாரு?னு சொன்னாங்களே....

“டேய் வந்துருப்பாருடா! அவரு பிஸினஸ்மேன்.. இதுல உனக்கு என்ன டவுட்டு?”

“அபுவும் அவரோட சிங்கப்பூர் போனானா?’’ங்கறதுதான் டவுட்” ரவி.

‘‘டேய் அவன்தான் பாலக்காடுல இருக்கானு போலீஸ் சொல்லுதே!” ரகு.

“அபு மொபைல எடுத்துக்கிட்டு, அபுதான் போனானா? அதான் டவுட்டு” ரவி தயக்கத்துடன் சொல்ல....

முதலில் சிரித்தார்கள். பின் அதிர்ந்தார்கள்.

‘அபு பதுங்கிப் பாயப் போகிறானா? என் குழந்தைகளுக்கு இனியும் ஆபத்து நீங்கவில்லையா? வீட்டு வாசலில் காவலுக்கு நிற்கும், தொழிலதிபரின் ஆள் எப்போது மாறுவான் எனச் சொல்ல முடியாது’ நிர்விதா இப்படி எண்ணி, ஒரு தீர்மானத்துக்கு வந்தாள்.

‘இனி தினமும் அம்மாவும் குழந்தைகளும் என்னுடனேயே என் கண் முன்னால் இருக்கட்டும். நாளை முதல் படப்பிடிப்புக்கு அவர்களும் உண்டு’ எனத் தீர்மானித்தாள்.

18

அடுத்த நாள் படப்பிடிப்பு தளத்தை வர்ஷினியும் வருணும் சேர்ந்து கலக்கினார்கள். அவர்கள் காட்டிலும் நீச்சல் குளத்திலும் விழுந்து விடாமல் காப்பதே அவர்களுக்குப் பெரும் பாடாகி விட்டது.

மாலை காயத்ரி அனைவருக்கும் பணம் பட்டுவாடா செய்துவிட்டு ரகஸியமாக நிர்விதாவிற்கும் ஒரு ஐநூறு ரூபாய் கட்டைக் கொடுத்தாள்.

"முதல்ல வீட்டுச் சாமான் வாங்கு. ஒரு சீட்டு எழுதி வாசல்ல நிக்கற தீனாட்டக் கொடு! அவன் வாங்கிக் கொடுப்பான். மளிகை சாமான் இருந்தா, அம்மா வீட்லயே பொங்கிச் சாப்பிடுவாங்க! பாவம் வர்ஷினி சொன்னா! என்றாள். வர்ஷினியை யாரும் கடத்தமாட்டார்கள் நம்பு! படப்பிடிப்புக்கு அழைத்து வரவேண்டாம்!

உன் அம்மாவும், வர்ஷினியும் வருணும் வீட்டில் பத்திரமாக இருப்பார்கள்!

தீனா பாதுகாவலன்தான். என்னை நம்பு! வர்ஷினி, "தீனா அங்கிள் என்னைப் புடிப்பாரா"னு கேட்டா என்றாள்.

நிர்விதாவிற்கு கண்கள் குளமாகியது. காயத்ரியும் கண் கலங்கி "என்ன செய்யறது... நான் முதல்லயே உனக்கும் கொடுக்க நெனைச்சேன் முடியலை! ஆனா இப்பக் கொடுத்ததையும் யார்ட்டயும் சொல்ல வேணா" என்றாள்.

'என் வீட்டு நிலைமையை இவள் புரிந்து கொண்டாள். என் செயலும் காரணமாகி விட்டது. பாதுகாப்புக் கருதி எடுத்த முடிவு இப்படி ஒரு நல்ல பலனை கொடுத்துவிட்டது என சந்தோஷப்பட்டாள். ஆனால் அது அடுத்த நாளே எதிர்வினையாகும் என்று நிர்விதா எதிர்பார்க்கவில்லை.

அடுத்த நாள் படப்பிடிப்புக்கு காயத்ரி வரவில்லை. காலையில் தேநீர் காசு மட்டும் ஒரு அடியாள் கொண்டு வந்து கொடுத்தான். மாலை நிர்விதா தவித்து நின்றாள். காயத்ரியும் வரவில்லை. பணமும் வரவில்லை.

அன்று வில்லன் நடிகருக்கு கடைசி நாள் படப்பிடிப்பு. அவரே மனம் வருந்தி "சினிமா எடுக்கணும்னு நிறைய பேருக்கு ஆசை வருது! ஆனா... பணம் இறக்க மனசு வரமாட்டாங்குது! இருக்கறவங்கள சாகடிக்கறானுக!" என்று கண்டித்தார்.

ரகுவின் அப்பா ரகுவை வீட்டிற்கு அனுப்பி பணம் எடுத்துச் வரச் சொன்னார். சரவணன் அப்பாவும் சரவணனிடம் இருந்த தன் வங்கி அட்டையின் மூலம் பணம் எடுத்து வரச் சொன்னார்.

இதைப் பார்த்த வில்லன் நடிகரும் தன் வங்கி அட்டை மூலம் பணம் எடுத்துக் கொடுத்தார்.

சரவணன் அப்பாவிடம் "என் வாழ்க்கைல இன்னைக்குதான்டா நடிச்சிட்டு பணம் வாங்காம, குடுத்துட்டுப் போறேன்! உனக்கு ஞாபகம் இருக்கா? இருபது வருஷம் முன்னால முதநாள்... அன்னைக்கு கூட அஞ்சு நூறு ரூபா வாங்கீட்டுதான் போனேன்!" என்றார்.

"அது மறக்க முடியுமா? பாஸ் நீங்க நடிக்க வரும்போதே லட்சுமி கடாட்சமா வந்தவராச்சே..." என்று உருகினார் சரவணன் அப்பா முருகன்.

"முருகா உன் முகராசி... உன்ன முதல்ல பாத்தேன்!... இன்னைய வரைக்கும் பிஸியா இருக்கேன்.... எனக்கு அப்றம் வந்த பயலுககூட சினிமாவுல காணாமப் போயிட்டாங்க" என்று புகழ...

முருகன் "முதலாளி உங்க உழைப்பு அப்படி... ஏதோ உங்க தயவுல என் பையன் டைரக்டர் ஆயிட்டாப் போதும் முதலாளி" என உருக்கமான வேண்டுதலை வைத்தார்.

"ரெண்டு மூணு படம் பண்ணட்டும் பிறகு டைரக்டர்தான்... நானே அவனுக்கு முதப் படம் கொடுக்கறண்டா" என்று கூறி ஏண்டா இந்தப் பொண்ணு நல்லாவே இருக்கே... பேசாம நடிக்கலாமில்ல எதுக்கு டைரக்ஷன் தலைவலி?" எனக்

கண்ணடித்தார். இவரும் அசட்டுச் சிரிப்பு சிரித்தார்.

நிர்விதாவும் இதைக் கவனித்தாள். நிர்விதா தன் அம்மாவை அழைத்தாள். முன்தினம் கொடுத்த பணத்தை வாசலில் காவலுக்கு நிற்பவனிடம் கொடுத்தனுப்பச் சொன்னபோது அம்மா பதறினாள். தானே கொண்டு வருவதாகச் சொன்னாள்.

அனைவரும் சென்றபிறகு... அம்மா அழ... சரவணன், ரகு, ரவியும் கூட அழுதனர். அவர்களுக்கு அப்போதுதான், முன்தினம் நிர்விதாவிற்கு தொழிலதிபர் மனைவி பணம் கொடுத்ததே, தெரிய வந்தது.

தொழிலதிபரின் இன்றைய கோபம் இது! எனப் புரிந்தபோது, இத்தனை ஆணவம், இத்தனை தொட்டால் சிணுங்கிதனம், இத்தனை கோபம்.. இப்படி ஒரு மனிதனை வைத்துப் படம் முடிக்க முடியுமா? முடியாது என்று, மனம் 'பலவீனம்' கொள்ள அழுகை வந்தது.

நிர்விதா "என்ன மோகன் நீ அழல?!" எனக் கேட்டுச் சிரித்தாள்.

அம்மா வியப்புடன் பார்த்தாள்.

என்னம்மா செய்யறது? எல்லாருக்கும் வாழ்க்கைல பிரச்னை இருக்கும். எனக்கு பிரச்சனைக்குள்ளதான் வாழ்க்கையே இருக்கு... இது நான் எதிர்பாக்காத திருப்பம்தான்! ஆனாலும் அழுகை வரலை! மனசும் கண்ணும் காஞ்சு போச்சு!" என்றபடி பிள்ளைகளை அணைத்துக் கொண்டாள்.

"வாங்க வீட்டுக்கு போகலாம் அழுது என்ன பயன்? 'பேக் அப்' சொல்லி ஒரு மணி நேரம் ஆச்சு!" என்றாள்.

அம்மாவையும் குழந்தைகளையும் அவர்கள் வந்த காரில் ஏற்றி அனுப்பினாள்.

ரகு "அழாம முடியலை மேடம். கோவில் வாசல்ல பிச்சை எடுத்த மாதிரி இருந்தது...'

ரவி "எத்தனை நாள் இப்படி இந்த ஆள்ட்ட கஷ்டப்படுறது. மேடம் இன்னும் முப்பது சீன் எடுக்கணும். அப்றம் போஸ்ட் புரொடக்ஷன்... மியூஸிக் லான்ச்... முடிப்பமா படத்தை? நிஜமா முடிப்பாரா?! உங்களை என்னதான் செய்யணும்கறார்?"

சரவணன் "என்ன மோகன் நீ மட்டும் தீவிரமான சிந்தனை?" அழுகையை நிறுத்தி கண்களைத் துடைத்தபடிக் கேட்டான்.

"எனக்கு ஒரு அழகான அக்கா... தங்கச்சீ இல்லையேனு ஏக்கமா இருக்கு! என் 'கஸின்' ஒருத்தி இருக்கா... அதான் இந்தாளை'' சரிகட்ட "அவன் முடிக்குமுன் கைபேசியில் அவனை அடித்தான் ரவி. மற்றவர்களும் அடித்தனர்.

"படத்தை 'நம்ம படத்தை' முடிச்சு தியேட்டர்ல பாக்க வேற வழி தெரியலை" இப்போது மோகன் பயந்து, தன் 'எண்ணச் சரிவு' கண்டு அவனே மிரண்டு 'ஓ'வென அழுதான்.

நிர்விதாவால் எதுவுமே பேச முடியாமல் உணர்ச்சிக் கொந்தளிப்பில், தன் ஆக்டிவாவை வேகமாக இயக்கி வீடு வந்தாள். மோகன் வார்த்தைகள் அவள் காதில் ஒலித்துக் கொண்டே இருந்தது.

அம்மா "என்ன பொழப்புடீ இது? என்ன வாழ்க்கைடீ இது?" கதறி கையில் கிடைத்த பொருளை எல்லாம் தூக்கி வீசினாள்.

"வேண்டாண்டீ என்னை விட்ரூ! நான் மத்த ரெண்டு பொண்ணு வீட்லயும் நிம்மதியா இருந்தனே... உன் புருஷன் விட்டுட்டுப் போயிட்டானேனு வந்தேன் பாரு...! அம்பதாயிரம் கொடுப்பாங்களாம்... எடுப்பாங்களாம்! அதை ராத்திரியெல்லாம் தலையணிக்கடியில் வச்சு சந்தோஷப்பட்டனே?!

"எனக்கு பைத்தியமே பிடிக்குது...'' அம்மா புலம்பலை எப்படி நிறுத்துவது. நிர்விதா யோஸித்தபோது அவள் கணவன் ராம் அழைத்தான்.

நிர்விதா அழைப்பை ஏற்றாள். காரணம் அம்மாவின் அழுகையை கோபத்தை திசை திருப்ப... இது உதவும் என்பதால்.

எடுத்த எடுப்பில் அவன் "என்னடீ ஒருநாள் சம்பளம் அம்பதாயிரமாம். அதுக்குத் தானே அலைஞ்சே! அஞ்சு லட்சம் கூட சம்பளம் வருமாமில்ல... வரட்டும்டீ! வரட்டும்.. ஆனா அதுக்காக என் பிள்ளைங்கள ஸ்கூலுக்கு அனுப்பாம... முட்டாளாக்கறத நான் பொறுத்துக்க முடியாது! நான் கோர்ட்டுக்குப் போறேன்!"

ரெண்டு வருஷமா தொலைஞ்சு போனியே... அப்ப ஒன் பிள்ளைங்கனு ஞாபகம் இல்லையா? ஆம்லெட் போட்டதுக்கு கோவிச்சுக்கிட்டு போனவன் நீ ரெண்டு வருஷமா நானும் தேடலை இப்ப என்ன??"

"நிறுத்துடீ! நான் ரெண்டு வருஷமா எட்டி பாத்தனா... உன் ஆத்தாக்காரி தானடீ என் கால்ல விழுந்து... 'மாப்ள என் பொண்ணு சோரம் போகாமக் காப்பாத்துனு கெஞ்சிக் கூப்டா... சும்மா கிடந்த சிங்கத்தச் சீண்டி விட்டீங்க...? ஏண்டி இன்னைக்குகூட உன் ஆத்தா 'மாப்ள என் பொண்ணு ஒருநாள் சம்பளம் அம்பதாயிரம்...! சினிமால டைரக்டரு கோடிக்கணக்குல சம்பளம் வாங்குவாங்களாம்! எத்தனை கோடி இருந்தாலும் பிள்ளைங்களுக்கு 'அப்பாவும்' இருந்தாதானே மதிப்பு? நான் கெஞ்சிக் கேட்டுக்கறன் மாப்ள... மன்னிச்சு வாங்கனு" எங்கிட்ட ஃபோன்லயே காலைல எட்டு மணிக்கு கெஞ்சினாங்க! மானங்கெட்டவ பணத்தையும் பவிசையும் பாத்துவர்ற 'எச்சக்கலை நாயி'ன்னு நெனைச்சாளா என்னை??"

அதற்குமேல் கேட்க முடியாமல் துண்டித்தாள். அவள் கோபம் அம்மா மீது திரும்பியது.

"அம்மா நீ எதுக்கு ராமிற்கு ஃபோன் பண்ணே? அதுவும் பணம் பத்தி பேசுன? அவன் இல்லாம நான் ரெண்டு வருஷம் வாழலை? என் மானத்தை ஏம்மா வாங்கறே?'' தலையில் அடித்துக் கொண்டு அழுதாள் நிர்விதா.

அழக்கூடாது என உறுயாக இருந்த நிர்விதா, அம்மாவைக் கேவலமாகப் பேசியதால்தான் அழுகிறாள் என்பது புரியாத அம்மா,

''நான் போறண்டீ... பெத்த பொண்ணு புருஷனோட வாழணும்! பேரன் பேத்தி குறையில்லாம... அப்பா அன்பையும் பெறணும்னு நினைக்கறது தப்பாடீ?'' அம்மா பொங்கிப் பொங்கி அழுதாள்.

"அம்மா அவனை உன்னால புரிஞ்சக்க முடியாதும்மா... ஏழு வருஷம் நம்ம பார்த்த ஆள்னு, நினைக்காதே! இப்பக்கூட உன்னைத்தாம்மா கேவலமா திட்டினான். அதுதான் எனக்கு கோபம் அம்மா... சந்தர்ப்பமும், சூழ்நிலையும்தாம்மா ஒரு மனுஷனோட உண்மை சொரூபத்தைக் காட்டும்!"

"என்னடீ... சொல்ற? எங்கிட்ட, 'ரொம்ப சந்தோஷம்! அத்தை நிர்விதா படம் முடிச்சு பணம் வந்து நல்லா இருந்தாச் சரி! அப்ப அவளுக்கு என் மேல இருக்கும் வெறுப்பும் போயிடும்! அப்படி இப்படீனு பேசினான். சண்டை போட்டதுக்குக் கூட மன்னிப்புக் கேட்டான்!! அம்மா.

முதல் முதல்ல நான் கூட்டிட்டு வந்தப்ப கூட நீ ஆட்டோல ஏத்திவிட்டயே அப்பக்கூட அடுத்த நாள், என்னை கூப்டு அழுது மன்னிப்புக் கேட்டாரேடீ" அம்மா நிர்விதாவை நம்பாமல், பார்த்துக் கேட்டாள்.

"அம்மா நீ அவன் வேஷத்தை நம்பாதே! ரெண்டு வருஷமா எட்டிக் கூட பார்க்காதவன்". "இல்லை அப்பவும் எங்கிட்ட 'அத்தை அவ சினிமா ஆசையை விடட்டும்... அதுக்குதான் கொஞ்சம் விலகி இருக்கேன். பயந்து பழையபடி டீச்சர் வேலைக்குப் போவா, அப்ப நான் வருவேன்'னு சொன்னானேடீ!"

"அம்மா! அ...ம்...மா... ஏன் எங்கிட்ட சொல்லலை...?"

"சொன்னா நீ திருந்த மாட்டேன்னு..."

"அவன் சொன்னானா? அம்மா ஒண்ணு மட்டும் புரிஞ்சுக்கோ! இனி என் வாழ்க்கையில் ராம் கிடையவே கிடையாது!" ரத்தக் கொதிப்புடன் கத்தியபோது.... வாசலில் நின்ற தீனா ஓடி வந்து "மேடம் உள்ளே வரலாமானு கேட்கறாங்க..." பரபரப்பாகச் செய்தி சொன்னான். நிர்விதாவிற்கு ஒன்றும் புரியவில்லை.

19

தொழில் அதிபர் மனைவி காயத்ரி வந்தாள். முதுகில் துப்பாக்கி வைத்து மிரட்டப்படுவது போன்ற மிரட்சியான முகபாவத்தில் வந்தாள்.

நிர்விதாவிற்கு பாவமாக இருந்தது. அவளே நாற்காலியில்

அமர்ந்து கைப் பையை திறந்து, இரண்டாயிரம் ரூபாய் கட்டு ஒன்றை எடுத்து, நிர்விதா கையில் கொடுத்தாள்.

அம்மா முகம் மலர்ந்தது.

அடுத்து, ரகஸியமான குரலில் "ஸாரும் வந்திருக்கார், நிர்விதா ப்ளீஸ் நீங்க போயி கூட்டிட்டு வாங்க! இன்னைக்கு எல்லாமே பேசி முடிச்சிடலாம்" கெஞ்சினாள்.

நிர்விதா 'திகைப்பு" என்ற நிலையில் உறைந்து நின்றாள்.

'இது என்ன வறட்டு கௌரவம்? இது என்ன தந்திரம்...?! இவள் எப்படிப்பட்ட மனைவி?! தொழிலதிபர் எப்படிப்ட்ட கணவன்?! இப்படிப்பட்ட மனிதன் மனிதனா?! நரியா?!!'

நிர்விதா மௌனம் அவளைப் பாதித்தது.

"அம்மா! நாங்க முக்கியமான விஷயம் பேசணும். நீங்க குழந்தைகளை கூட்டிக்கிட்டு... மாடிக்குப் போங்கம்மா" எனக் கூறி, நிர்விதா கையில் இருந்த பணக்கட்டை எடுத்து அம்மா கையில் வைத்து "பணத்தை பத்ரமா வைங்க" என்றாள்.

அம்மாவும் குழந்தைகளும் சென்றதும் 'பட்டென' நிர்விதா காலில் விழுந்தாள்.

"நிர்விதா யோஸிக்க நேரம் கிடையாது... சீக்ரம் போங்க... அவர் மூணு நிமிஷம் தான்... இருப்பேன்.... இல்லைனா போயிடுவேன்'னு சொல்லிருக்காரு! படம் முடிக்கணும் நிர்விதா... எத்தனை பேர் வாழ்க்கை இதில் இருக்கு! என் உயிரும்" எனக் கதறி அழுதாள்.

நிர்விதா சுயநினைவு வந்து அதிர்ச்சியுடன் வாசலுக்கு விரைந்தாள்.

வெற்றிப் புன்னகையுடன் வந்து நாற்காலியில் அமர்ந்து.... கூர்ந்து பார்த்தார்.

நிர்விதாவிற்கு கூசியது.

"எத்தனை செக் வைத்தாலும்.. ராணியை பிடிக்க முடியலை.. மெருகு குலையாம.... அழகு குறையாம உறுதியா நிக்கறா!"

உலகத்தின் மிகப் பெரிய நகைச்சுவை சொன்னது போல தானே தொடையைத் தட்டிச் சிரித்தார். அவர் மனைவியும் அழுத கண்ணுடன் அசட்டுச் சிரிப்பு சிரித்தாள்.

நிர்விதா அவள் நிலையை நினைத்து உள்ளுக்குள் ரத்தக் கண்ணீர் வடித்தாள். 'தன் கைபேசியில் நேரம் பார்த்து? ம்... நேரமாச்சு சீக்கிரம் டீல் பேசி முடி'' என்றார் தன் மனைவியிடம்.

அவள் மிக மிக ஸ்நேகமாக இணக்கமாக... அன்புடன்... "நீர்விதா ஸார் இஷ்டப்படி.... நடந்தா... சுமூகமா ஷூட்டிங் முடியும்... படம் சீக்ரம் ரிலீஸ் ஆகும்! அதுதான் எல்லாருக்கும் நல்லது...!'' என முடிக்கும்போது தலையைக் குனிந்து கொண்டாள். அவளது கண்ணீர் இவள் காலில் விழுந்தது.

'அடப் பாவி தாலிகட்ன பொண்டாட்டியவே மாமா வேல பாக்கச் சொல்றியே?'

'எனக்கு ஏன் சினிமா ஆசை? ஏழைகளுக்கு ஆசையும் லட்சியமும் எதற்கு?'

'புத்தர் சொல்லி காந்தி சொல்லித் திருந்தாத உலகம் நான் சொல்லித் திருந்தப் போகிறதா?'

'வேண்டாம் எதுவும் வேண்டாம்! இந்த காயத்திரி வேண்டாம், இவன் வேண்டாம், அந்த மோகன் வேண்டாம்! யாருமே வேண்டாம். எதுவும் வேண்டாம்.'

தன் கையில் இருந்த கைபேசியை தயாரிப்பாளர் மீது வீசினாள்.

"போ!!.... போயிடு" அதிக சப்தமில்லாது உறுமினாள்.

கைபேசி அவர் நெற்றியில் பட்டுக் கீழே விழுந்து உடைந்தது.

அதைப் பார்த்து சிரித்த அவர் "எங்கிட்ட மோதினா... இப்படித்தான் நீயும் தூள் தூளாப் போயிடுவ..." என்றார்.

ஏண்டா நீயெல்லாம் மனுஷனா? சாபமா கொடுக்கறே... உன்னால ஆனதப்பாரு. நானும் 'தயாரிப்பாளர் சங்கம்' 'இயக்குநர் சங்கத்துல' புகார் கொடுக்கறேன். உன் மானத்தை வாங்கறேன். அந்த அபு படம் முடியறவரை நீ தொந்தரவு செய்ய மாட்டேன்னு' சொன்னான்... எங்கடா அபு?" இப்படிப் பேசுவது நிர்விதா மனதிற்கு ஒப்புதல் இல்லாத விஷயம். ஆனால் இன்று தானும் இப்படிக் கேவலமாகப் பேசும் சூழ்நிலை வந்து விட்டதை எண்ணி வருந்தினாள்.

அவர் நிர்விதா கடைசியில் சொன்னதை கூர்மையாகக் கவனித்துச் சிரித்தார்.

“ஓகே! டீல் ஓகே! படம் முடிஞ்சதும். ஆனா இந்த அபு பய எங்கே?” இவள் கேட்ட கேள்வியை அவரும் கேட்டார்.

நிர்விதா இவனின் சாமர்த்தியம் கண்டு திணறினாள். மூச்சுக் காற்றுத் திணறியது. மற்றவர்களிடம் இருந்து இவன் வித்தியாசப் படுவது இங்கே தான். தான் நினைத்ததை அடையாமல் விடமாட்டான்.

பதினேழு வயதில் பள்ளிக்கூடத்தில் எடுப்பு வேலை பார்த்தவன், பள்ளிக்கூடமே ஆரம்பிக்க முடியுமா? நாற்பது வயதிற்குள் இத்தனை பெரிய தொழில் அதிபர் ஆக முடியுமா? நியாயமான முறையில் இது சாத்தியமே இல்லை! இவன் எதற்கும் துணிந்தவன், இவள் எண்ண ஓட்டம் தடைப்பட்டது, அவன் வார்த்தைகளால்.

‘‘பூஜை ரூம் எங்க... நீ விளக்கேத்தும்மா கற்பூரம் இருக்கா?”

‘‘இது ஏன்? வியப்பில்தான் அவள் எண்ண ஓட்டம் தடைப்பட்டது,. காயத்ரி பொய்யான முகமலர்ச்சியுடன், “நிர்விதா பூஜை ரூம் எங்க...?” என உலுக்கினாள். நிர்விதாவைத் தொடர்ந்து சென்று தானே விளக்கேற்றினாள். கற்பூரமும் தேடி எடுத்து வைத்தாள்.

அவன் “ம்... கற்பூரம் ஏத்து... நிர்விதா கற்பூரத்தை அணைத்து சத்தியம் பண்ணு, நிர்விதா இனிப் பேச்சு மாறக்கூடாது!” என உறுமினான்.

நிர்விதாவால் சிரிப்பை அடக்க முடியவில்லை. ‘இது என்ன கடவுள் பக்தி? எதற்கு கடவுளை துணைக்கு அழைப்பது, ‘திருடன் ஒருத்தன் தினமும் பிள்ளையார் உண்டியில் காசு போட்டு, அவரும் ‘பார்ட்னர்’னு சொன்ன கதை போல’. இதில் கடவுள் பார்ட்னரா? இல்லை பாதுகாவலனா...? விளக்குப் பிடிக்கும் நாத்தியா...? இல்லை சாட்சிக்காரனா... எந்தக் காரியத்துக்கு கடவுளின் சாட்சி?’ ஆனாலும் கஷ்டப்பட்டு சிரிப்பை அடக்கினாள்.

“என்னடீ தயக்கம்... என்னை ஏமாத்த முயற்சி பண்றியா...

கற்பூரம் அணைச்சு நீ சத்யம் பண்ணலைனா எதுவும் கிடையாது" மீண்டும் நரி உறுமியது. ஆம் நரிதான். சிங்கம்போல உறுமியது.

நிர்விதா "செய்யறேன்! ஆனா ஒரு கண்டீஷன் படம் முடிஞ்சு... போஸ்ட் புரொடக்ஷன் முடிஞ்சு... டீஸர் வெளியிட்ட பிறகுதான்... அதுவரை என்னைத் தொந்தரவு பண்ணக் கூடாது" உறுதியாகச் சொன்னாள்.

அவன் மௌனம் காத்தான்.

"அப்றம் என் கவனம் சிதறி படம் ஓடாமப் போனா நான் பொறுப்பில்லை!" நிர்விதா நிஷ்டூரமாகச் சொன்னாள்.

அவன் பதறி... "நான் எடுத்த எல்லாத் தொழிலும்.... வெற்றி! வெற்றி மட்டும் தான்... எனக்கு வேணும்! இதுவரை எனக்குத் தோல்வி இல்லை... காயத்ரி சரினு சொல்லு" என்று மனைவியிடம் சொன்னான், இவளிடம் பேச மனம் இல்லாது.

அவள் கற்பூரத்தை ஏற்றி எல்லாத் தெய்வங்களுக்கும் காட்டிக் கீழே வைத்தாள்.

"நிர்விதா அணைச்சு சத்யம் பண்ணு!" என்றாள்.

கற்பூரத்தை அணைக்க கைநீட்டிய போது "பாத்தும்மா கை..." எனப் பதறியபடி இவள் தோளில் கை வைத்தான்.

நிர்விதா கோபத்தில் தபதபவென எரியும் கட்டிக் கற்பூரத்தை கையால் படக்கென அணைத்தாள்.

கை எரிந்தது. அவள் மனமும் எரிந்தது. அவன் கூட பயந்து மனைவி தோள் மீது கை வைத்தான். காயத்ரி தன் கையை அவன் கைமீது வைத்தாள், அவனை அவன் பதட்டத்தை தணிக்கும் விதமாக.

'நளாயினி கதை கூட உண்மையாக இருக்குமோ' என வியப்புடன் எண்ணிக்கொண்டாள் நிர்விதா.

அவர்கள் சென்ற பிறகு குழந்தைகளுடன் கீழே வந்த அம்மா.... "என்னடீ விளக்கு எரியுது... கற்பூரம் காட்டிருக்கே!" வியந்தாள்.

அம்மாவிடம் கூட நடந்த உண்மையை சொல்ல அவளுக்கு மனம் வரவில்லை.

“நான் இல்லை... விளக்கேத்துனது காயத்ரிதான்”

உங்கிட்ட மன்னிப்புக் கேட்டாங்களா? விளக்கேத்தி, விளக்கு முன்னால மன்னிப்புக் கேட்டா பாவமன்னிப்பு கண்டிப்பா உண்டு! அவர் பொண்டாட்டியோட வந்தப்பவே நான் நெனைச்சேன்! மனுஷன் திருந்திட்டாருனு” அம்மாவே சொன்னதும் நிர்விதா பொய் சொல்ல.. பொய் தேட அவசியம் இல்லாது... சந்தோஷமாக ஆமோதித்தாள்.

குழந்தைகள் அம்மா, பாட்டி சந்தோஷம் கண்டு ”ஐ! நம்ம பிலிம் சக்ஸஸ் என ஆர்ப்பரித்தனர்.

நிர்விதா அடுத்த இரண்டாம் நாள் படப்பிடிப்பு தொடங்குவதற்கான... ஏற்பாடுகளைச் செய்ய... உதவி இயக்குநர்களை அழைத்தாள்.

எல்லா ஏற்பாடுகளும் திருப்திகரமாகச் செய்து இடைவெளி இல்லாது முப்பது நாட்களில் படத்தை முடித்து விடுவது என முடிவெடுத்தார்கள்.

இரவு படுக்கும் போதுதான் வழக்கம் போல அவளுக்கு கணவன் கைபேசியில் பேசியது பற்றியும் அம்மா மேல் தனக்கு வந்த கோபமும் நினைவுக்கு வந்தது.

அம்மாதான் என்ன தந்திரம் செய்தாவது தன்னை புருஷனுடன் வாழ வைக்க கெஞ்சி இருக்கிறாள். அதனால்தான் அவன் எகத்தாளமாகப் பேசுகிறான்.

காலையில் முதல் வேலையாக அம்மாவிடம் பேசி... அவள் எண்ணத்தை மாற்ற வேண்டும். என உறுதி எடுத்தாள்.

அடுத்து தொழிலதிபரை நினைத்தபோது அவளுக்குச் சிரிப்புதான் வந்தது. பெண் என்பவள் கடவுள் பக்தி உள்ளவள். இதில் தவறு இல்லை. அவன் எண்ணம் தவறு இல்லை. கடவுள் பக்திக்கும், இறை நம்பிக்கைக்கும், பயபக்திக்கும் உள்ள வேறுபாட்டை அவன் அறியவில்லை.

பெண் கற்பூரம் கொளுத்தி சத்தியம் செய்து விட்டால்... அதை மீற மாட்டாள் என்ற நம்பிக்கை அவனின் பூரண நம்பிக்கைதான் அவளுக்குச் சிரிப்பாக இருந்தது.

‘பாவம் கடவுள்’ இதற்குக் கூட மனைவியையும் கடவுளையும்

சாட்சிக்கு வைத்த முதல் 'விசித்திர மனிதன்' இவனாகத்தான் இருக்கும் என எண்ணி பெரிதாகச் சிரித்துவிட்டாள்.

அம்மா எழுந்து "என்னடீ...?" ஆர்வமாகக் கேட்டாள். அவளுக்கு அம்மா மேல் உள்ள கோபத்தில், வலித்தது.

பதில் சொல்லவில்லை.

தொழிலதிபர் அபு வரிசையில்தான் அம்மாவும் என்ற கோபம்.

நிர்விதா என்ற தனி மனுஷியை அவள் விருப்பத்திற்கு வாழ விடாமல் அவரவர் விருப்பத்திற்கு வளைக்க முயற்சிக்கிறார்கள் என்ற கோபம் அது. அதனால் அம்மாவிற்கு பதில் சொல்லவில்லை. அபு இடத்தில் தன் மனைவியைக் கொண்டு வந்த தொழில் அதிபரின் முட்டாள்தனம், எல்லாப் பெண்களையும், மூட நம்பிக்கையின் 'கூடாரம்' என எண்ணிய முட்டாள்தனம், இரண்டும், கோபத்தை அதிகப்படுத்தியது. கற்பூரம் அணைத்த கையோடு அவள் நெஞ்சும் சேர்ந்து எரிந்தது. அதில் மனம் எனும் இரும்புக் கம்பி சூடேறித் தணிந்து... இன்னும் வலிமையானது.

20

அதேசமயம் தொழிலதிபர் முன்பு 'அபு எங்கடா?' என நிர்விதா தோரணையுடன் கேட்ட கேள்வி, வந்து நின்று, யோசிக்க வைத்தது. நிர்விதா கற்பூரம் அணைத்தும்கூட திருப்தி இல்லை.

அபுவின் காட்டு பங்களாவில் நடந்த படப்பிடிப்பில் இவர்கள் அபு பற்றி விவாதித்ததும், அவருக்கு அன்றே செய்தி வந்திருந்தது.

அவர் சைத்தான் மூளை நிர்விதாவை திணறடிக்க ஒரு திட்டம் தீட்டியது.

இரண்டாம் நாள் மீண்டும் படப்பிடிப்பு துவங்கியது.

மதியம் வரை காயத்ரி இருந்தாள். மதிய உணவு நேரம் வீட்டிற்குச் சென்றாள்.

மீண்டும் படப்பிடிப்புத் துவங்கி அரைமணி நேரம் சென்றபோது... கடற்கோள் (சுனாமி) போல ஒரு பெண் அழுதுகொண்டு தன் இரண்டு குழந்தையும் அழ அழ இழுத்து வந்தாள். தயாரிப்பு நிர்வாகி தடுக்க முயன்றவரை பிடித்துத் தள்ளிவிட்டு... காமிரா முன் வந்து நின்று "படப்பிடிப்பை நிறுத்துங்க... எனக்கு நீதி வேணும்" என்றாள்.

சகலமும் ஸ்தம்பித்தது.

அவள் முதலில் தன் ஊரை வர்ணித்து ஊர் சிறப்புச் சொல்லி, நீர்வளம் சொல்லி, குலதெய்வம் சொல்லி.... குலதெய்வத்தின் சிறப்பு.... கோபம் சொல்லி... தான் அபிராம ராமனின் மனைவி என்று சொல்லி...." நிர்விதாவை வர்ணித்து... அபிராமராமனின் தொடுப்பு என்று கேவலமாகத் திட்டி "எங்கடி எங்கடீ என் புருஷன்? நீ சொல்லலை என் புருஷனை நீ என்கிட்ட காட்டலை ரத்தம் கக்கிச் சாவே!" என சாபம் கொடுத்து அழுதாள்.

இவர்களுக்கு அந்தக் காலப் படம் பார்த்தது போலத் தோன்றியது.

நிர்விதா அவள் அருகில் வந்து அரவணைத்து "வா அப்படிப் போயி பேசலாம்! ரகு நீ சீ யு ஷாட் எடுத்திரு! (close up shots) அம்மா பொண்ணு, அத்தை... அப்பா... எல்லாருக்கும் 'லுக்' சரியா இருக்கானு பாத்துக்கோ எங்க பாக்கணும்னு சரவணனை சொல்லச் சொல்லு!" சாதாரணமாகச் சொல்லி அவளை இழுத்துச் சென்றவளை ஆச்சரியமாகப் பார்த்தனர்.

"நீங்க அபு பொண்டாட்டி... அவர் காணாமப் போயி... மொபைல் தொடர்பு இல்லாமப் போயி இவ்வளவு நாள் கழிச்சு வர்றீங்க...?" கடுமையாகக் கேட்டாள்.

அவள் சற்றுத் தடுமாறினாள். பின் சமாளித்து... "அந்த மனுஷன் எப்பவுமே மூணு மாசத்துக்கு ஒரு மொற தான் ஊருக்கு வருவாரு! ஒரு மாசத்துக்கு ஒரு முறைதான் ஃபோன் பேசுவாரு... போன முறை தான் உன்னப் பத்தி விலாவாரியா

வர்ணனை பண்ணுனாரு... இப்ப என்ன? என் புருஷன் எங்க? சொல்லுடீ!” மிரட்டுவதாக நினைத்துக் கேட்டாள். ஆனால் அதில் பயம் இருந்தது.

“சரி இங்க ஷூட்டிங் நடக்குதுன்னு யார் சொன்னா உனக்கு... எப்படி தெரியும்? சரியா வந்தே?””

பதில் சொல்ல முடியாமல் பெரிதாக அழ ஆரம்பித்தாள்.

நிர்விதா சற்றுத் தள்ளிச் சென்று தொழிலதிபரை அழைத்தாள். சுருக்கமாக விஷயம் சொல்லி.... “ஸார் இப்ப என்ன செய்யட்டும்? உங்களைக் கேட்காம நான் இனி எதுவும் செய்ய மாட்டேன்.. அபு கிடைக்கும் வரை... அல்லது அவனைப் பற்றிச் செய்தி கிடைக்கும் வரை, நம்ம வீட்டில் தங்க வச்சுக்கட்டுமா? என் அம்மா பாத்துப்பாங்க ஸார்” என உருக்கமாகக் கேட்டாள். தன் வீட்டை அவள் ‘நம்ம வீடு’ என குறிப்பிட்டதை அவரும் மகிழ்வுடன் மனதில் குறித்துக் கொண்டார்.

கற்பூரம் அடித்து சத்தியம் செய்திருக்கிறாள். அவளும் பெண்தானே, செய்த சத்தியத்துக்கு பயம் இருக்கும்.

அவர் மனம் உருகியது. முழுவதுமாக நம்பினார். காரணம் இதுவரை நிர்விதா மனதில் பட்டதை தைரியமாகப் பேசி வந்ததுதான்.

“வேண்டாம் நீரும்மா... அவங்களை புரொடக்ஷன் மேனேஜர்ட்ட ஒப்படை! எங்கிட்ட அனுப்பு! என்னனு நான் விசாரிக்கறேன்! அபு எங்கே ஒளிஞ்சிருக்கானு நமக்கும் தெரியணுமில்ல? என்றார்.

‘கும்பகோணத்தில் இருந்து வரவழைத்து... எனக்கு செக் வைக்கிறியா?’ என நிர்விதா மனதில் சொல்லிச் சிரித்துக் கொண்டாள்.

‘உன்னிடம் கற்றுக் கொண்ட சாமர்த்தியம் தான்! உன்னிடம் இருந்து வந்த தோட்டாக்கள் இனி உன்னிடமே திருப்பி அனுப்பப்படும்.

‘அப்பா! நான் இரும்புப் பெண்மணி ஆகிட்டேன்! என மானசீகமாக அப்பாவிடம் சொல்லிக் கொண்டாள்.

அங்கே மற்றவர்களுக்கும் இது அவர் வேலை தான் என்பது புரிந்தது.

அபுவின் மனைவியை கும்பகோணத்தில் இருந்து அழைத்து வந்த வண்டியை மாற்றி ஆளை மாற்றி மீண்டும் கும்பகோணத்தில் விட ஏற்பாடு செய்தார் தொழிலதிபர். பணமும் கொடுத்தனுப்பினார். அபுவைக் கண்டு பிடித்துத் தருவதாக உறுதியும் அளித்தார். "இனி நிர்விதாவிடம் எதுவும் பேச வேண்டாம்! பாவம்" என்றும் கூறினார்.

அடுத்த நாள் முதல் படப்பிடிப்பு எந்த இடையூறும் இல்லாமல் நடந்தது.

தொழிலதிபர் அவர் வாக்கு கொடுத்தபடி எந்தத் தொந்தரவும் செய்யவில்லை. எப்போதாவது மதியம் வருவார். நிர்விதா அருகில் அமர்ந்து பேசுவார். நிர்விதா மனம் வலித்தாலும் முகம் சுளிப்பதில்லை. முகம் மலர... பேசினாள்.

பத்து நாட்களுக்குப் பிறகு ஒரு நாள் காயத்ரி.... அவளை வீடு வரை வரும்படிக் கேட்டாள். நிர்விதா "படம் முடியட்டும்" என்றாள்.

அவள் தயங்கி ரகஸியமாக "இனி உன்னைத் தவிர யாரும் வேண்டாம்னு எனக்கு சத்தியம் பண்ணிக் கொடுத்துட்டாரு! கண்ட கழுதைட்டயும் போயி... அவருக்கு வியாதி வந்தா... எனக்கு வந்திட்டா... என் பிள்ளைகளை யார் காப்பாத்தறது?!" என அழுகையுடன் முடித்தாள்.

பின் சந்தோஷமாக நன்றியும் சொன்னாள்.

நிர்விதா 'எத்தனை விதமான மனிதர்கள்? என்ன மாதிரியான பாசங்கள்... இப்படி ஒரு மனைவி...? கண்டிப்பாக இதுவரை யாரும் பார்த்திருக்க முடியாது! இவள் புராண காலத்தில் பிறக்க வேண்டியவள்!' என எண்ணிக் கொண்டாள்.

படப்பிடிப்பு தடங்கல் இல்லாது சென்றது. ரகு, சரவணன், மோகன், ரவி கடுமையாக உழைத்தனர். மிகவும் மகிழ்ச்சியுடன் இயக்குனர் கனவு காண ஆரம்பித்தனர்.

ரகுவின் அப்பாவும், சரவணன் அப்பாவும் ரவியின் அம்மாவும் மோகனின் பெற்றவர்களும் நிர்விதாவை வாழ்த்தினர்.

மீட்டர் குமார் கூட படப்பிடிப்புக்கு வந்து... அவர் அனுப்பிய நடிகர்களுக்கு உற்சாகம் கொடுத்தார்.

ஒளிப்பதிவாளர் ஒத்துழைப்பும் நடிகர்கள் எதிர்பார்த்ததைவிட திறமையாக ஆர்வமாக நடித்ததாலும்... படம் எதிர்பார்த்ததை விட விரைவாக முடிந்தது.

தயாரிப்பாளர் தன் பத்திரிகை செல்வாக்கால் இசை வெளியீட்டு விழாவை பிரமாதமாகச் செய்தார். பாடல்கள் வைரலாகப் பரவி பாராட்டுக்களை குவித்தது.

படத் தொகுப்பாளரும் நிர்விதாவின் கருத்தைச் சரியாகப் புரிந்து கொண்டதால் உள்வாங்கி ரசனையுடன் செய்தார்.

ஆனால் விநியோகஸ்தர்கள் 'முதல் காட்சி' காட்டியபோது..." கமர்ஷியல் இல்லை'' என முகம் சுளித்து சென்றபோது... நிர்விதா கலங்கி விட்டாள்.

தொழிலதிபர் தன் மனைவி காயத்ரியுடனும் நிர்விதாவுடனும் மட்டும் படத்தை மீண்டும் பார்த்தார். ஒன்றுமே பேசாமல் எழுந்து சென்றுவிட்டார். ஏதோ ஒரு உணர்ச்சிக் கொந்தளிப்பில் இருக்கிறார் என்பது மட்டும் புரிந்தது.

நிர்விதா வீடு வந்ததும் அப்பா படத்தின் முன் நின்றாள். மனம் மீண்டும் தைரியமானது.

அம்மாவும் குழந்தைகளும் கூட படம் பார்க்க வந்திருந்தார்கள்.

அம்மா "உங்களையெல்லாம் இதே பதினாலு... பதினாறு வயசுல நானும் தாண்டி நிறைய சந்தேகப்பட்டேன்.... நானும் கஷ்டப்பட்டு உங்களையும் கஷ்டப்படுத்தினேன்" வருந்தினாள்.

அம்மா தன் செயலுக்கு முதன் முறையாக வருந்துகிறாள். இது திரைப்படத்தின் வெற்றி! நிர்விதா மனம் துள்ளியது.

வர்ஷினி, "ஏம்மா 'கண்கள்'னு டைடில்?" வச்சே?!

நிர்விதா அவளின் புத்திசாலித்தனம் கண்டு பெருமை கொண்டாள்,.

"பெண் குழந்தைகள் உன்னை மாதிரி 'கர்ல் சைல்ட்' நம்ம வீட்டுக்கும் நாட்டுக்கும் கண்கள் மாதிரி..." அதான் தலைப்பு" என்று சந்தோஷமாகச் சொன்னாள்.

"நாட்டுக்கும்னா..."?

"நம்ம கண்ட்ரிக்கும்" என்றாள் நிர்விதா.

'என்ன மாதிரி கலாசாரத்தை வளர்த்து விட்டிருக்கோம்? நம் நாட்டில் நம் தாய் மொழியை குழந்தைகளுக்கு ஆங்கில வார்த்தை சொல்லிப் புரிய வைக்க வேண்டியதாயிருக்கிறது....

அவள் மனம் சோர்ந்த போது... ரகு, ரவி, சரவணன், மூவரும், ரகுவின் அப்பா, சரவணனின் அப்பா இருவரும் பதட்டத்துடன் வந்தனர்.

நிர்விதா திகைத்தாள். இரவு மணி பத்தரை ஆகியிருந்தது. பதட்டமாக "அபு பற்றி ஏதும் கெட்ட செய்தியா?" கேட்டாள்.

அவர்கள் ஒன்றாக இல்லை என்றனர். சரவணன் அப்பா... "உங்க டீல் பத்தி ஏற்கெனவே தெரியும்... பேசவே அசிங்கமாத்தான் இருக்கு.... வில்லன் நடிகர் கூட இன்னைக்கு ஷோ பாத்துட்டு போகும் போது....

இது ரொம்ப புத்திசாலிப் பொண்ணு. அதக் காப்பாத்தணும்.. உதவி வேணும்னா கேளுண்ணு" எங்கிட்டச் சொல்லிட்டுப் போனாரு...! அதான்..." என்று தயங்கி நிறுத்தினார்.

''அவருக்கும் தெரிஞ்சிருக்கு... அவர் மச்சான், தயாரிப்பாளருக்கு நெருங்கிய நட்பாம்".... மீண்டும் தயங்கி நிறுத்தினார். நிர்விதாவிற்கு அந்த வில்லன் நடிகர் தன்னைப் பற்றி சொன்ன வார்த்தைகள் நினைவு வந்தது. 'பேசாம நடிகை ஆயிடலாம்! எதுக்கு டைரக்ஷன்' என்று அன்று சொன்னது இவள் நினைவில் வந்தது.

இவர்கள் நல்ல நோக்கத்தில் தான் சொல்கிறார்கள் பாவம்!

ஆனால் இரும்புச் சட்டிக்குப் பயந்து நெருப்பில் குதித்த கதை ஆகிவிடக்கூடாது.

அம்மா வேறு கவனித்துவிடக்கூடாது. அதனால், அவசரமாக, "இல்லை அவர் கவலை இப்போது படத்தை ரிலீஸ் செய்து வெற்றியடைய வேண்டும் என்பதில்தான் இருக்கிறது. பார்க்கலாம்... காலம் பதில் சொல்லும்" என்றாள். அவர்கள் புரிந்து கொண்டு எழுந்து விட்டனர்.

ரவி "என் பேர் சினிமால வந்திருச்சு!" என நன்றியுடன் சொன்னான். ரகு "ம் எத்தனை சோதனை! படம் முடியும்னு நினைக்கவே இல்லை" என கூறி சந்தோஷப்பட்டான். சரவணன்

நிர்விதாவை நன்றியுடன் பார்த்தான்.

அவர்கள் சென்ற பிறகு அம்மா ''என்னடீ இந்த நேரத்துல...''

"சினிமாக்காரனுக்கு இரவும் பகலும் ஒண்ணுதான்" என்று சிரித்தாள் நிர்விதா.

அம்மாவும் இனி எல்லாம் சுபம் என உறங்கச் சென்றாள்.

நிர்விதாவிற்கு உறக்கம் வரவில்லை. இனிதான் மகாபாரதப் போரே இருக்கிறது,

தான் இத்தனை நாள் நடித்தது, தெரியும்போது.... கற்பூரம் அணைத்துச் செய்த சத்தியத்தை மதிக்காமல் மீறும்போது.... தயாரிப்பாளர் மட்டுமல்ல அவர் மனைவியும் கொந்தளிப்பார்கள்.

அவரை மதிக்காமல் ஒரு காரியம் செய்த அபு காணாமல் போனான். இன்று வரை எந்தச் செய்தியும் இல்லை.

'நான் ஒரு படத்தோடு காணாமல் போவேனா இல்லை வெற்றிகரமான இயக்குனராக பத்துப் படமாவது செய்வேனா?' அவள் முன் மகத்தான கேள்வி வந்து நின்றது.

மணி இரண்டு அடித்தபோது வாசல் கதவை பூனை பிராண்டுவது போல... சப்தம் கேட்டது.... அவள் மெதுவாக எழுந்து வந்து பார்த்தபோது, தயாரிப்பாளரும் அவர் மனைவியும் நின்றனர். வேறு வழி இன்றி அடுத்து அழைப்பு மணியை அடித்து விடுவார்கள் என்ற பயத்தில் திறந்தாள்.

காயத்திரி வெகு இயல்பாக ''மாடீல ஒரு பெட்ரூம் இருக்குல்ல... அங்க போயிடுங்க. நான் இங்க சோபால படுத்துக்கறேன். காபி ஏதும் வேணுங்களா... நான் போடவா... டிகாஷன் இருக்கா நிர்விதா?'' என சமையலறை நோக்கி நடந்தாள்.

நிர்விதாவிற்கு கோபம் அணு உலையாகக் கொதித்தது. வார்த்தைகள் அணுகுண்டுகளாக வெடித்தது.

"சீ... நீ ஒரு பொம்பளையா? உனக்கு சூடு சுரணை இல்லை? விளக்கை அணைச்சா எல்லாப் பொம்பளகிட்டயும் இருக்கிறது ஒரே விஷயம்தான்! நீயே மாமா வேல பாக்கற... வெக்கமா

இல்ல...'' அடுத்த வீட்ல ராத்திரி வந்து அழிச்சாட்டியம் பண்ற?''

இருவரும் அமைதியாகச் சிரித்தனர். "சத்தம் போடாதே! என் அம்மா எழுந்துடப் போறாங்க...! நீ தானே? 'நம்ம வீடு'னு சொன்னவ... இப்ப... அடுத்த வீடா?! பேசாமப் போயிப் படு... இந்தக் கோபம், கற்பூரம் அடிச்சு சத்யம் பண்ணுற போது, வந்திருந்தா நியாயம்!'' என்றாள் காயத்ரி.

நிர்விதா அவரிடம் தன் அப்பா பற்றிச் சொன்னாள். "ஸார் என் அப்பா அத்தனை கஷ்டப்பட்டு கல்யாணம் பண்ணதுக்கு அவரை நான் மதிக்கணும்! நான் அவரை அவமானப்படுத்த விரும்பலை ஸார்! இது என் அப்பாவுக்குச் செய்யும் துரோகம்! கெஞ்சினாள். தயாரிப்பாளர் எழுந்தார். "ஏண்டி கதையா சொல்ற... படம் முடிஞ்சிட்ட திமிரா? ஒழுங்கா வா! இல்லை 'அபு' கதிதான் என்றபடி அவள் புடவையை உருவ... நிர்விதா வாசலுக்கு ஓடி கத்தினாள். யாரும் வரவில்லை. இவர்களின் கார்... சாவியுடன் இருந்தது. ஏறி பத்திரிகை அலுவலகம் நோக்கி விரைந்தாள். அங்கே கதவு திறக்காததால் வந்த வேகத்தில் கார் மோதி தீப்பிடித்தது. காரின் கதவைத் திறந்து குதிக்க முயன்றாள். தீ பரவியது உடல் முழுவதும். காரைத் திறக்க முடியவில்லை.

"அம்மா! அம்மா என் பிள்ளைங்கள நீ வளர்த்துடும்மா... ராம்கிட்ட விடாதே!'' எனக் கதறி அழுதாள்.

அம்மா தட்டி எழுப்பினாள்.

"ஏண்டி படம்தான் முடிச்சிட்டியே... இன்னுமா கெட்ட கனவு வருது? ஏண்டி உன் வாழ்க்கை இப்படி ஆகும்னு நான் கனவுல கூட நினைக்கலை'' என்று அலுத்துக் கொண்டாள்.

நிர்விதா பதிலைச் சொல்லாமல், படபடப்பு அடங்காமல், அம்மா மடியில் படுத்துக் கொண்டாள்.

'சே! கனவு' என சலித்துக் கொள்ளவோ, "நல்லவேளை கனவுதான்' என சமாதானம் கொள்ளவோ, அவளால் முடியவில்லை.

கனவு எந்த நிமிடமும் எந்த நாளும் நிஜமாகலாம்... இது விபரீத விளையாட்டுதான்! படம் வெளியிடப் பட வேண்டும். ஆனால் ஊடகத்தின் தொடர்பில் எப்போதும் இருக்கவேண்டும்

எனத் தீர்மானித்தாள். மன உறுதியும் வேண்டும். கண்ணின் ஜ்வாலையும் குறையக்கூடாது அப்பா! என வேண்டிக் கொண்டாள்.

21

அதேசமயம், தூக்கம் இல்லாது தயாரிப்பாளர் இரவு முழுவதும் வானத்தைப் பார்த்துக் கொண்டு அமர்ந்திருந்தார். காயத்ரி பயந்தாள்.

அவர் ஒரு நாளும் வானத்தையும் பூமியையும் பார்த்தவர் இல்லை. பணத்தை மட்டுமே பார்த்தவர்; படம் பார்த்துவிட்டு வந்ததில் இருந்து அப்படியே அமர்ந்திருக்கிறார். “படம்தான் முடிஞ்சிடுச்சே நிர்விதாவை கூப்பிடவா?” எனக் கேட்டாள். அவரிடம் பதில் இல்லை. “நம்ம பொண்ணை சந்தேகப்படாதே! பாசமா இரு! இனி நானும்....” முடிக்காமல் அழுதார்.

பிறகு “காயத்ரீ நான் நல்ல அப்பா இல்லை காயத்ரீ... நல்ல புருஷனும் இல்லை!

அஞ்சு வருஷமா உனக்கு துரோகம் செய்தனே... காயத்ரீ... உனக்கு என் மேல் கோபம் இல்லையா...?!

உன்னை மிரட்டி ஒரு மனைவி செய்யக் கூடாததை எல்லாம் செய்ய வைத்தனே? பாவி நான்...! அழுதார்.

காயத்ரீ அவரைக் கட்டாயப்படுத்தி பூஜை அறைக்கு இழுத்துச் சென்று ‘ஹேமாம்பிகை’ படத்தின் முன் நிற்க வைத்தாள்.

காயத்ரீ இந்த அம்மனைத் தரிசிச்ச பிறகுதான்... நீ வந்த... பணம் வந்துச்சு... எல்லாம்... எல்லாமே... இந்த வாழ்வு... ஹேமாம்பிகை தந்தது...”

“காயத்ரீ இனி எனக்கு நீ மட்டும் போதும்!” அழுகையுடன் முடித்தார். காயத்ரீ தன் புடவை முந்தானையால் அவர்

கண்ணைத் துடைத்து, அவரை அணைத்துக் கொண்டாள்.

"இனி நம் பிள்ளைகளுக்கு நல்ல அப்பாவா இருப்பேன்; உனக்கு உண்மையான கணவனா இருப்பேன் காயத்ரீ!'' காயத்ரீயின் மனம் நிர்விதாவிற்கு நன்றி சொன்னது.

காலையில், "நாமே படத்தை வெளியிடலாம். ஏற்பாடு செய்யணும்" என்றார் தொழிலதிபர்.

காயத்ரீ இயக்குநர் நிர்விதாவை அழைத்தாள். "உடனே ப்ரஸ் மீட்டுக்கு ஏற்பாடு செய்யணும்னு ஸார் சொன்னார்" என்று விவரம் கூறி கடைசியில் நன்றியும் சொன்னாள்.

நிர்விதாவிற்கு எதற்கு நன்றி என்று புரியவில்லை.

பத்திரிகை சந்திப்புக்கு வரும்போது கலக்கத்துடனேயே வந்தாள்.

ஆனால் தயாரிப்பாளர் படம் பற்றி... 'சொந்த வெளியீடு' என்பது பற்றி அனைவரிடமும் பேசினார். மற்றபடி எதுவும் பேசாது... தன் காரில் ஏறப்போகும் போது.... வழியனுப்ப மரியாதை நிமித்தம் கார் அருகில் வந்த, நிர்விதாவையும் உதவி இயக்குனர்களையும் பார்த்து 'நாம ஜெயிக்கறோம்' என்றார். தன் கட்டை விரலை உயர்த்தியபடி தன் மனைவி காயத்ரியிடம் 'மிச்சத்தை நீ சொல்லீடும்மா' என்று காரில் ஏறிவிட்டார்.

காயத்ரியும் உண்மையான சந்தோஷத்துடன், "நிர்விதா நடந்த அனைத்துக்கும் ஸார் வருத்தப்பட்டார்!" என்றாள்.

நிர்விதா புரியாது விழிக்க... காயத்ரி அவளை அணைத்து காதில், ''இனி என்னைத் தவிர யாரும் வேண்டாம்னு சொல்லீட்டார்" என்றாள்.

நிர்விதா சந்தோஷத்தில் மூச்சு விடக்கூட மறந்தாள், ஒரு கணம்.

வீடு வந்ததும் அப்பா படத்தை எடுத்து மடியில் வைத்துக் கொண்டு ஆனந்தக் கண்ணீர் சிந்தினாள்.

நிர்விதா தீயசக்தியை வென்றுவிட்டாள், என அம்மாவும் புரிந்து கொண்டாள்.

தயாரிப்பாளர் தமிழ்நாடு முழுவதும் கிடைத்த திரையரங்குகளில் படத்தை வெளியிட்டார். இரண்டு நாட்கள்

பெரிய வரவேற்பு இல்லை. ஆனால் மூன்றாவது நாள் முதல் பிரமாத ஓட்டம் துவங்கியது. பத்தே நாட்களில் முதலீடு செய்த பணத்தை விட நான்கு மடங்கு பணம் கொட்டியது.

நிர்விதாவும் உதவி இயக்குனர்களும் அடுத்த படத்திற்கு கதை எழுத ஆரம்பித்தார்கள்.

பத்திரிகைகள் இந்தப் புது தயாரிப்பாளர், புது இயக்குனரை சினிமா உலகம் ரத்தினக் கம்பளம் விரித்து வரவேற்க வேண்டும் என எழுதியது.

தொழிலதிபர் வானத்தில் பறப்பது போல் உணர்ந்தார். சினிமாவும் தனக்கு வசப்பட்டது எனப் பூரித்து... ஆனந்தத்தில் துள்ளினார்.

படம் ஐம்பது நாள் ஓடி.... வெற்றி விழாவில் தொழிலதிபர் பொறுப்பான சினிமாத் தயாரிப்பாளராக.... சமூக அக்கறையுடன் பேசியதைக் கேட்டு நிர்விதா ஆச்சரிய சந்தோஷத்துடன் அவரைப் பாராட்ட அருகில் சென்றபோது... அவர் இயக்குனர் நிர்விதாவைப் பாராட்டினார்.

“எனக்குள் இருக்கும் மூளையின் இலக்கியப் பகுதியை.... சமூக உணர்வை தூண்டிப் பிரகாசிக்கச் செய்தவர் இவர்தான்’ என முடித்து... நிர்விதாவின் கைப்பிடித்து கண்ணில் ஒற்றி... அவள் கையில் முத்தமிட்டார்.

இந்த முத்தம் அவளுக்குத் தவறாகப் படவில்லை. ஏன் அந்தக் கூட்டத்தில் ஒளிந்து நின்று கவனித்துக் கொண்டிருந்த அவள் கணவனுக்கு கூடத் தவறாகப் படவில்லை. நிர்விதாவின் அம்மா கூட அது மகத்தான வெற்றி தந்த மகிழ்ச்சியின் வெளிப்பாடே எனச் சரியாகப் புரிந்து கொண்டாள்.

ஆனால் தன் கடமையில் தவறாத சாத்தான் அபு, நிர்விதா இந்த முத்தத்திற்கு ஒரு நொடி கூட முகம் சுளிக்கவில்லை’ என்பதை மனதில் குறித்துக் கொண்டான் நினைத்தது போல் வெற்றியின் போதை நிர்விதாவிற்கு ஏறிவிட்டது என எண்ணிக் கொண்டான். ஆம் அந்தக் கூட்டத்தில் அபு இருந்தான். பத்திரிகைகள் அவர் பேச்சில் இருந்து இந்த குறிப்பிட்ட பகுதியை எழுதி அவரை புகழ்ந்து தள்ளின.

‘‘இன்றைய பெற்றோர்கள் பெண்ணைப் படிக்க

அனுப்புகிறார்கள்... பாட்டுக்கு அனுப்புகிறார்கள், நடன வகுப்பிற்கு அனுப்புகிறார்கள். ஆனால் கூடவே பயத்தையும் சேர்த்தல்லவா அனுப்புகிறார்கள்? தற்காப்புக் கலை கற்றுக் கொடுக்கு முன் மன தைரியத்தைக் கொடுக்க வேண்டாமா? ஒரு பெண்ணுக்கு நகங்களும் பற்களும் ஆயுதம்தான். ஆனால் அதைவிடப் பெரிய ஆயுதம் அவள் கண்கள் அல்லவா? கண்ணில் இருந்து பிறக்கும் நெருப்பு ஜ்வாலையின் முன் எந்தத் தீயவனும் நிற்க முடியாதே? அதைத் தாய்மார்கள் மறக்கக் கூடாது என்றார்.

சக தொழில் அதிபர்கள்.... மிகப் பிரபலமான சினிமா நட்சத்திரங்கள் பாராட்டிய போது... அவருள் ஒரு புது வேகம் புது ரத்தம் ஊற்றெடுத்தது. பூமி இன்றுதான் பிறந்தது' போல்... தானும் இன்றுதான் பிறந்தது போல் உணர்ந்தார்.

அடுத்த நாள் காலையில் ஏழு மணிக்கு ஒரு மிகப் பெரிய சினிமா நிறுவனம் அவரிடம், 'கண்கள்' படத்தின் பிற மொழிகள் உரிமையை தங்களுக்குத் தரும்படி கேட்டு ஒரு மிகப் பெரிய தொகையைச் சொல்ல... அசந்து விட்டார்.

இரண்டு தொலைக்காட்சி நிறுவனங்கள் அதிக விலை கொடுத்தேனும் வாங்கி விடப் போட்டி போட்டன.

'வேறு எந்தத் தொழிலிலும் ஐம்பது நாளில் என் உழைப்பு இல்லாமல் இத்தனை மடங்கு லாபம்... புகழ்.... பார்த்ததில்லையே... இதுதான் சினிமாவின் மகிமையா' என அவர் மனம் வியந்தது.

அவர் தன்னுடைய பதினைந்தாவது வயதில் பாலர் பள்ளிக் குழந்தைகளுக்கு உணவு கொண்டு கொடுக்கும் வேலையைச் செய்தவர். இருபது வயதில் ஒரு பாலர் பள்ளி ஆரம்பித்தார். பிறகு குழந்தைகள் பால் பவுடர், பிஸ்கட், சாக்லேட் அனைத்தும் தயாரிப்பு விளம்பரம் என மிகக் கடுமையாக உழைத்தவர். தன்னுடைய நாற்பத்தி ஐந்து வயது அனுபவத்தில், இன்றுபோல் தான் கஷ்டப்படாமல் பணம் பல மடங்கு பெருகியது அவருக்கு ஒரு அற்புதமாகவே இருந்தது.

மற்றவர்கள் சென்றபின் அன்று மாலை அபு, அதே இளிப்புடன்,

“பார்த்தேன்! அத்தனை கூட்டம் முன் முத்தம்... முகம் சுளிக்கலை, நான் சொல்லலை புகழ்போதை தலைக்கு ஏறிட்டா என்ன செய்யறோம்னே தெரியாது.... இளித்தான்.

அண்ணே இரண்டாவது படம் பூஜை போடும் முன்னே ஒரு தடவை நீலாங்கரை பங்களா போயிர வேண்டியதுதானே? இளிப்புடன் முடித்தான்.

அந்த இளிப்பு இப்போது அவருக்குப் பயங்கர எரிச்சலைக் கொடுத்தது. மேஜை மேல் இருந்து எழுதும் அட்டையை தூக்கி வீசினார். சரியாக அபுவின் நெற்றியைத் தாக்கியது.

“நாயே! நாயே! உன் புத்தி உன்ன விட்டுப் போகாதாடா!? பொண்ணாடா அது? தேவதைடா... லக்ஷ்மிதேவிடா... அவளப் போயி... செத்துப் பொழச்சு இப்பதான் சென்னை வந்திருக்கே... கொஞ்சமாவது திருந்துடா... அபு அவரை வேற்றுக்கிரக வாசியைப் பார்ப்பதுபோல்... பார்த்தான்.

‘அடப்பாவி இந்த சினிமா கம்பெனி ஆரம்பிக்க.... நீ என்ன கண்டீஷன் போட்டே? ஒரே ஒரு நாள் போதும்டானு ஜொள் விடலை. இப்ப நான் திருந்தணுமா? என எண்ணி மனக் கசப்புடன் அபு, அவரைப் பார்த்தான்.

“என்னடா முறைக்கறே? உன்னை பாலக்காட்டிலேயே விட்ருக்கணும், பாவமேனு வரச் சொன்னது தப்பு! ராஜ வைத்தியம் செய்து காப்பாத்துனது தப்பு.

என் பொண்ணு, என் பொண்ணாட்டி, ஏன் ஊர்ல இருக்கற என் பாட்டி பாசமா மரியாதையா, ‘பெண்களை மதிக்கற மாதிரி ஒரு படம்’ எடுத்தியேனு பாராட்டறாங்க....

‘கண்கள்’ பட தயாரிப்பாளர்னு சினிமாக்காரங்க... பாராட்டறாங்க... இதுக்கெல்லாம் நிர்விதாதாண்டா காரணம்... பொண்ணில்லடா இவ தேவதையடா!” தொழிலதிபர்.

அபுவிற்குச் சிரிப்பு பொங்கியது. ‘பொம்பளையாடா’ இவ என்றது அவன் காதில் ஒலித்தது. ‘புகழ் போதை தலைக்கேறுனா அவ மாறுவானு நெனைச்சேன்! இங்க உல்டா ஆயிடுச்சு!” ஆச்சரியத்தில் அவன் தலை சுற்றியது. அவன் மனம் தான் கணக்குப் போட்ட பணம் இனி வராது என வருந்தியது.

“அபு நீ தாண்டா இந்தத் தேவதையை எனக்கு

அறிமுகப்படுத்தினே...'' எனக் கூறி ஐந்து லட்சத்திற்கான காசோலை எழுதிக் கொடுத்தார். அபு வாய் பிளந்து சிலையாக நின்றான்.

அன்று முதல் நிர்விதா அவனுக்கும் தேவதை ஆனாள்.

இன்று இரண்டாவது திரைப்பட பூஜை.

காலையில் காயத்ரி, நிர்விதாவை அழைத்து, நன்றி சொன்னாள். உபரியாக இன்று, உனக்கு ஒரு ஆச்சரியம் காத்திருக்கிறது என்றும் சொன்னாள்.

'வானத்தில் ஊஞ்சல் கட்டி'... படத்தின் தலைப்பே பரபரப்பாகப் பேசப்பட்டது.

தயாரிப்பாளர், இயக்குனர் நிர்விதா பேட்டி முடிந்து, ஊடகத்தார் சென்றபிறகு...

நிர்விதா காலில் விழுந்து கதறி அழுதான் அபு.

"மேடம் என்னை மன்னிச்சிருங்க மேடம்..." என்பதையே திரும்பத் திரும்பச் சொல்லி அழுதான். நிர்விதாவிற்கு மனம் திருப்தியானது. அவள் பதில் சொல்லுமுன் வர்ஷினி "அம்மா அபு அங்கிள் கிடைச்சிட்டார். இனி நாங்க ஸ்கூல் போலாமில்ல" என்று கேட்க அனைவரும் சிரித்து விட்டனர்,.

அபு காப்பாற்றப்பட்ட கதையைக் கேட்டு, "இதையே ஒரு படம் பண்ணலாம் என்றான் ரவி.

அபு "மேடம் ரவிக்கு ஒரு வெயிட் இல்லாத மொபைல் வாங்கி கொடுங்க எனத் தன் தலையைத் தடவிக் கொண்டான். தயாரிப்பாளர் உட்பட அனைவரும் சிரித்தனர்.

அபு அவர் காலில் விழுந்தும் அழுதான். "இந்தச் செத்த நாய காப்பாத்தினீங்களே எசமான்" எனக் கூறி அழுதான்.

தன்னால் தயாரிப்பாளரும் அபுவும் திருந்திவிட்டது... நிர்விதாவிற்கு மகிழ்ச்சியாக இருந்தது.

மீண்டும் ஒரு மூன்று மாதங்கள் கடுமையாக உழைத்தனர்.

படம் மகத்தான வெற்றி பெற்றது. 'ஒரு பெண் இயக்குனர் ஒரு பதினேழு வயது வாலிபனின் மனநிலையை மிகச் சரியாக உணர்ந்து படம் பிடித்திருப்பது ஆச்சரியம்' என்ற ரீதியில் பத்திரிகைகள் பாராட்டியது.

நிர்விதா என்றோ சிறிது காலம் நிகழ்ச்சித் தயாரிப்பாளராகப் பணிபுரிந்த தனியார் தொலைக்காட்சி, இரண்டு மணி நேர பேட்டிக்கு ஏற்பாடு செய்தது. 'எங்கள் வீட்டுப் பிள்ளை' என்ற தலைப்பும் கொடுத்தது.

நிர்விதா, உதவி இயக்குனர்கள், நடிக நடிகையர்.... அனைவரையும் பங்கு பெற அழைத்தாள்.

அபுவை அழைத்தபோது...

"என்னையுமா மேடம்? நாய்ப் பொழப்பு பொழச்சவன்மா நானு..." எனக் கண்ணீர் உகுத்தான்.

"ம் எந்த நாயையும் உன்னோட கம்பேர் பண்ணாதேனு எத்தனை தடவை சொல்றது?" எனச் சிரித்தான் ரகு.

"நாய்க்குத் தெரிஞ்சா உன் மேல மான நஷ்ட வழக்குப் போடப் போகுது..." என்று சிரித்தான் ரவி.

நிர்விதா காதில் அனைத்தும் கேட்டது.

"நாய் நன்றியுள்ள பிராணி! இயற்கையோடு ஒன்றி வாழும் பிராணிகளுக்குப் பணம் தேவை இல்லை.

பாழாப்போன பணத்தைக் கண்டு பிடிச்சு... அதுக்காக அதை சம்பாதிக்க... மனிதன் தவறுக்கு மேல தவறா செய்றான்" என்றாள் நிர்விதா.

பணம்.... பணம்தான் மனிதனுக்குச் சாபக்கேடு... என்ற உண்மை அவர்களுக்கு உறுத்தியது.

தயாரிப்பாளர், பணம் சம்பாதிக்க தான் செய்த தவறுகளையும்... பணத்தால் பணத்திமிரால் தான் செய்த தவறுகளையும் எண்ணி வருந்தினார்.

இரண்டு மணி நேரத் தொலைக்காட்சிப் பேட்டி, அற்புதமாக கலகலப்பாகச் சென்றது.

கடைசிக் கேள்வி இயக்குநர் நிர்விதாவிற்கு, என்ற நிகழ்ச்சி தொகுப்பாளினி "நீங்கள் சுலபமாக மன்னிக்கும் குணம் உடையவர் என்று சொன்னார்கள். உண்மையா?" எனக் கேட்டாள்

“தவறு செய்தவர்கள் உண்மையில் வருந்தி... திருந்தி மன்னிப்பு கேட்டால் மன்னிக்க வேண்டியது மனிதனின் கடமை” நிர்விதா சொன்னாள்.

தொகுப்பாளினி “அப்படியானால் இவரை மன்னிப்பீர்களா” என்ற கேள்வியுடன் அவள் கணவன் ராமின் இரண்டு நிமிடப் பேட்டியை ஒளி பரப்பினார்கள்.

ராம் வருந்தி மன்னிப்புக் கேட்டிருந்தான் நிர்விதாவிடம். தொகுப்பாளினி பெருமிதமாக...

“இப்ப உங்க மனசுல என்ன தோணுது... பட்டுனு சொல்லணும்!” எனக் கேட்டாள். “அதோடு எங்களுக்கு ராம் அவர்களைப் பேட்டி காண உதவிய தயாரிப்பாளருக்கு நன்றி” என்றாள்.

நிர்விதாவிற்கு இதற்குப் பின்னால் அம்மாவும் உண்டு என்பது புரிந்தது.

அப்பா சொன்னது நினைவில் வந்தது.

“அன்பு, ஆணவம் இல்லாமை, பொறுமை, கூர்மையான மதி கண்டிப்பாக வெற்றியைத் தரும்னு என் அப்பா சொன்னார்”

கண்ணீருடன் சொன்னாள்.

அப்பா !

என் திரைப்படம் பார்த்து தயாரிப்பாளர், அம்மா, ராம் மூன்று பேர் தன் தவறை உணர்ந்து... மாறிவிட்டார்கள். என்னால் திரைப்படம் மூலம் சமுதாய மாற்றத்தை சாதிக்க முடியும் அப்பா ! என எண்ணிக் கொண்டாள்.

“உங்கள் அடுத்த படம்?”

“யாதுமாகி நின்றாய் அப்பா !”

அப்பா அவள் எதிரில் நின்று (தோன்றி) சந்தோஷப் புன்னகை பூத்தார்.

www.ingramcontent.com/pod-product-compliance
Lightning Source LLC
LaVergne TN
LVHW100541051026
849519LV00003B/846
* 9 7 8 9 3 8 7 6 5 5 3 4 8 *